பொய்க்கதைகள்

சிறுகதை தொகுப்பு

இயலிசம்

Made with ♥ on the Notion Press Platform
www.notionpress.com

பொருளடக்கம்

முன்னுரை

நான் இயலி கண்ணன் B.Com.நான் இராமநாதபுரம் மாவட்டம் பரமக்குடி வட்டத்தில் புதுப்பட்டிணம் என்ற ஊரில் பிறந்தேன்.வளர்ந்தது படித்தது கங்கைகொண்டான் என்ற கிராமம்.படித்தது செய்யது அம்மாள் மேல்நிலை பள்ளி இராமநாதபுரம்.கல்லூரிப் படிப்பு சிவகங்கை மன்னர் துரைசிங்கம் கல்லூரி .தற்போதைய வாழ்க்கை தனியார் துறையில் வேலை பயணம் ஈரோடு . சிறுவயது முதலே கதைகள் வாசிப்பதில் மிகுந்த ஆர்வம் கொண்டவன்.எனது ஒன்பதாவது வயதில் நூலகத்தில் சேர்ந்தேன் அன்றுமுதல் நூல்களே எனது நண்பர்கள் .சுஜாதாவும் ராஜேஷ்குமாரும் எனது கதையுலக பால்ய நண்பர்கள். நீண்ட நாட்களாக எனக்கு எழுதுவதைவிட படிப்பதையே ஆர்வமாக கொண்டிருந்தேன்.சென்ற வருடம் (2020 - மே) எனது வாழ்க்கையின் மறக்கமுடியாத மாதம்.எனது கதைகளுக்கு உயிர் வந்த காலம்.எனது படைப்புகளை பிரதிலிபியில் (கவிதைக்களவுகள்) எழுத தொடங்கினேன்.பின் நாளில் அமேசான் கிண்டல்(S2H கண்ணன்) எனது கதைகளுக்கு உயிர் கொடுக்க .இப்போது இந்த இணைய தளத்தை தொடங்கியிருக்கிறேன். எனது பாதைக்கு உங்கள் விரல்களை துணைக்கு அழைக்கிறேன்.வாழ்த்துங்கள் வளர்வோம் வாலிபம் மறந்து வாழ்வோம். இப்படிக்கு இயலி (கண்ணன்) எனது கவிதைகளுக்கான இணையதளம் www.eyalisam.com எனது முகநூல் பக்கம் - எழுத்தாளர் இயலிசம்

பேச்சி

நிலம்,நீர்,காற்று,நெருப்பு, ஆகாயம் என அத்தனைக்கும் ஒரு தாய் இருக்கிறாள். அவள் உயிருள்ள ஒரு மனுசியாகவும், உயிரற்ற பொருள்களிலும் உணரக்கூடிய ஒரு உணர்வாகவும், கண்ணால் காண முடிந்த அன்பாகவும், மனிதனால் உணரமுடியாத ஒரு படைப்பாகவும், இந்த உலகில் இன்னும் இருந்து கொண்டு தான் இருக்கிறாள்.

ஆனாலும் அன்பு, பாசம், காதல், உறவு என அத்தனைக்கும் ஒரே ஒரு உயிர்ச் சொல்,உயிருள்ள ஒரு சொல், உயிர்கள் பிறக்கின்ற ஒரு சொல்,உயிர் பிரியும் வரை அன்புக்காக துடிக்கின்ற ஒரு சொல்,ஒற்றை உயிர் ,அது அம்மா.

கருவாய் உருவானது முதல் பிறப்பது வரை அம்மாவின் கை பிடித்து, அவளுடைய இரத்தத்தை உணவாக உண்டு வாழ்கின்ற உயிரினம், ஏனோ தம் உயிர் இன்னொரு ரத்தமாக, இன்னொரு உயிராக, உருமாற்றம் பெறும் காலங்களில், தாம் தம் உயிர் வந்த, தமக்கு உயிர் கொடுத்த,அந்த ரத்தத்தை பலநேரம் மறந்து போகிறது.

இப்படி உயிர் இருந்தும், உணர்வு இருந்தும், மறந்துபோன ஒரு அம்மாவை நான் இப்போது பார்க்கிறேன்.இதோ அவள்.அவள் பெயர் பேச்சி.

மனிதன் கணித்த காலத்தின் கணக்கில் இது கி.பி 1995-ம் வருடம் ....

இந்த ஊரின் பெயர் புதுப்பட்டிணம்,ராமநாதபுரம் மாவட்டம்,பரமக்குடி வட்டத்தில்,கிழக்கே செங்கற்படையும், மேற்கே பட்டியும், வடக்கே செல்லூரும்,தெற்கே அந்த ஊர் சுடுகாடும்,அந்த சுடுகாட்டில் இருந்து சற்று தொலைவில் இருக்கும், பனை ஓலையால் மறைக்கப்பட்டிருந்த கூடு தான்...அந்த அம்மாவின் வீடு.

வானம் பார்த்த பூமியில் மெல்ல மெல்ல மனிதர்கள் பணத்திற்காக பிழைப்பை தேடி ஓடிட,பல வீடுகளை கொண்டு,பல ஆதிக் குடிகளோடு இருந்த இந்த தெரு,இப்போது எதிரெதிரே இரண்டு வீடுகள்,அதனையடுத்து சற்று தொலைவில் நான்கு வீடுகள்.அத்தனை வீடுகளிலும் தங்கி,தங்களது இறுதிக் காலத்தை நோக்கிப் பயணப் பட்டுக்கொண்டிருக்கும் வயசானவர்கள் என சுருங்கிப் போயிருந்தது.

அவர்களைப் போலத்தான்.இந்த பேச்சியும்,தன்னுடைய பதினாறாவது வயதில் தனது ஆசைக் கணவன் கருப்பனைக் கை பிடித்தவள்,அவனது காதலால் தொடர்ச்சியாக மூன்று ஆண் பிள்ளைகளைப் பெற்றெடுத்தாள்.

காலப்போக்கில் மூன்று ஆண் பிள்ளைகளுக்கும், அவரவர் விருப்பத்திற்கு ஏற்றவாறு, அவர்கள் விரும்பிய பெண்ணையே மணம் முடித்து வைத்தாள்.

சென்ற இரண்டு வருடத்திற்கு முன்பு கருப்பன் இறந்து போன பிறகு வாரத்திற்கு ஒருவர், மாசத்திற்கு ஒருவர் என, வந்து வந்து அவளைப் பார்த்துக் கொண்டும், போய்க்கொண்டும் இருந்த மூன்று மகன்களும்,இப்போது வருடத்திற்கு ஒருமுறை வருவதே அதிசயமாக போய்விட்டது.

காரணங்கள் பல உண்டு.இவர்கள் வாழ்க்கைப் பயணத்தில் ஆதிக் குடியில் பிறந்து உயிரோடு வாழ்வதையே வரமாக நினைத்து வாழ்பவர்களே அதிகம்,ஆனாலும் என்ன சொல்ல, அதை அவளது அன்னை இதயம்தான் ஏற்பதாக இல்லை.

அவளை இத்தனை நாள் பார்த்துக் கொண்டிருந்த நானும் அதை ஏற்றுக்கொள்வதாக இல்லை.

தனது அன்புக் கணவர் கருப்பனின் இறப்புக்குப் பின்னர் மகன்களை அண்டிச் செல்லாமல், மகன்கள் அண்டி ஒண்டிப்போன அவர்கள் மாமியார் வீட்டில் போய் வாழ விருப்பம் இல்லாமல், கடைசி வரைக்கும், தனது கடைசி மூச்சு இருக்கும் வரை தனது கணவர் கட்டிய, தனது கணவர் தன்னோடு வாழ்ந்த இந்த குடிசையிலேயே கழித்து விடுவது தான், அவளுக்கு மிகவும் மகிழ்ச்சியாக இருந்தது.

அதைத்தான் அவளும் இத்தனை நாள் செய்து வந்தாள்.ஆனாலும் என்ன சொல்ல இந்த அன்பு என்ற ஒன்றை அந்த பரமசிவன் ஏன்தான் மனதிற்குள் புதைத்து வைத்தானோ தெரியவில்லை.அது அவளைக் கிடந்து ஆட்டிப் படைத்துக் கொண்டே இருக்கிறது.

அப்பப்போ தீபாவளி பொங்கலுக்கும்,ஏதாவது வேலையாக இந்தப் பக்கம் வரும்போதும்,வந்து போகும் சொந்தக் காரர்களும்,கருப்பனை நினைவில் வைத்து

பத்திரிகை கொண்டுவரும் சில தூரத்து சொந்தங்களும் உண்டு.

ஆனாலும் அவளது மனம் எப்போதும்,கருப்பனின் சாயலில் பிறந்த முதல் மகன் மாரிமுத்தனின் மகன் முருகனும்,கடைக்குட்டி கதிர்வேலுக்கு தனது சாயலில் பிறந்த பெண் பிள்ளை கமலா மீதும் அதிக பாசமும்,ஏக்கமும் எப்போதும் உண்டு.அவளது மூன்று பிள்ளைகளும், தாங்களும் மூன்று பிள்ளைகளுக்கு வாரிசாகிப் போனதும்,தங்களது குழந்தைகளின் சாயலில்,இவளையும் கருப்பனையும் பார்த்து,மெல்ல மெல்ல இவளை மறந்தே தான் போயிருந்தனர்.

ஆனாலும் அவள் தினமும் அதிகாலை எழும் பொழுது, எப்படியாவது இன்று மூவரில் ஒரு மகனையாவது பார்த்துவிட மாட்டோமா,மூன்று மகன்களின் பேரக்குழந்தைகளில் எவரையேனும் ஒருவரைப் பார்த்துவிட மாட்டோமா என்ற ஏக்கத்தோடு தான் அவளது பொழுது புலரும், இன்றும் அப்படித்தான்.

பேச்சி வழக்கம் போல எனக்கு முன்பே அதிகாலை எழுந்து தனது பணியை துவங்க ஆரம்பித்திருந்தாள்.ஆனால் அவளுக்கு முன்பே அவளது எண்ணமும் ஆசையும் கனவும் விழித்து இருந்தது.

அவளது கனவில் வந்த கடைக்குட்டி பேத்தியும்,மகனும்,அவளது கையால் சமைத்த உணவை,அவளே ஊட்டிவிட இருவரும் நாவாற ருசிக்க,அதைக் கண்டு இவள் அன்னைமனம் குளிர,அந்தக் காட்சி, அவளுக்கு மனசு முழுக்க நிறைந்து மடை உடைத்த வெள்ளமாக கண்ணோரம் நீர் கோர்க்க,தேம்பித் தேம்பி அழுத்தவாறே, அவளது கனவு கலைந்து எழுந்திரித்திருந்தாள்.

அந்தக் கனவு மட்டும் ஏனோ அவளுக்கு,மனதோடு அது உண்மை தான் இன்னும் சற்று நேரத்தில் அவள் கண்டது நடக்கத்தான் போகிறது என்று அவளது உள்ளுணர்வு சொல்லச் சொல்ல,அவளும் காலைக் கனவு பலிக்கும் என்ற நம்பிக்கையில் அதிகாலை எழுந்து விட்டால், தனது மகனையும் பேத்தியையும் வரவேற்கும் அந்த நேரத்திற்காக இப்பொழுதே தயாராக ஆரம்பித்திருந்தாள்.

அதிகாலை குளக்கரைக்கு வந்தவள்.எப்போதும் போல களிமண்ணை நன்கு பதப்படுத்தி தலையில் அரக்க தேய்த்து குளித்து,ஈரத்துணியோடு அருகில் இருந்த பிள்ளையார்

கோவிலுக்கு முன்பு வந்து சாலையில் இருந்து பிள்ளையார் சிலையை பார்த்தவாறு நின்றவள்.கோவிலுக்குள் இருந்த பிள்ளையாரை பார்த்தவாறு,

"..இத பாரு ..நீயி என்ன செய்யிவியோ..ஏது செய்யிவியோ தெரியாது...என் மவனையும் பேத்தியையும்,இன்னைக்கு கூட்டிகிட்டு வந்திரு ..ஆமா ..சொல்லிப்புட்டேன் .." என்றவாறே மிரட்டலும் கெஞ்சலுமாய் தோப்புக் கரணம் போட்டவள்.

"...யாரது பேச்சியா ...கௌம்பு ..கௌம்பு ...ஊருகாரங்க ...வர்ற ..நேரம் ..நீ பாட்டுக்கு ..இங்க நின்னுகிட்டு இருக்காத.." என்று கோவிலுக்குள்ளிருந்து வந்த பழனி பண்டாரத்தின் ஏளனமும் அக்கறையும் கலந்த பேச்சில் தனது நிலையை உணர்ந்தவள்.

"..இருங்கய்யா ..நானென்ன கோவிலுக்குள்ளயா ..வரப் போறேன் ...இங்க தான ..நிக்கிறேன் ...." என்றவாறு தன் மனதிற்குள் விசனப்பட்டவள்.மெல்ல தலையை ஆட்டியவாறு அந்த இடத்திலிருந்து கிளம்பினாள்.

குளக்கரையில் ஓரத்தில் சுற்றிலும் வளர்ந்திருந்த புளியமரங்களில் இருந்து விழுந்திருந்த பழங்களைப் பார்க்கும் போதே அவளுக்கு மேலும் அவளது மகன்களின் நினைவு வந்து மனதில் நின்றது.

இந்த புளியமரத்தின் இனிப்பு சுவை என் நடுவில மகன் சிதம்பரத்திற்கு ரொம்ப பிடிக்குமே என நினைத்தவள்.தனது மடியில் சில புளியம் பழங்களை பொருக்கி முடிச்சாக கட்டிக்கொண்டு,தனது குடிசையை நோக்கி நடக்கத் தொடங்கினாள்.

வீட்டிற்கு வந்து சேர்ந்திருந்த அவளுக்கு,இன்று ஏனோ வீடே குப்பையாக கிடப்பது போலவும்,தனது மகன் கதிர்வேலு பார்த்தால் தன்னை வசை பாடுவானே,கூடவே மருமக புள்ளையும் வந்துபுட்டா,அசிங்கமா போயிடுமே எனத் தோன்ற தனது மற்ற வேலைகளை தள்ளி வைத்து விட்டு,மாட்டு சாணத்தை கரைத்து அதில் ஒரு கிழிந்த கருப்பனின் பழைய வேட்டி துணியை நனைத்து வீட்டை சுத்தமாக துடைக்க ஆரம்பித்தாள்.

நானும் மெல்ல மெல்ல அவளது செயல்களை வேடிக்கை பார்த்தவாறே,வானத்தின் உச்சியை நோக்கி நகர ஆரம்பித்தேன்.எனக்கு அவளது இன்றைய செயல்கள் வேடிக்கையாகவே இருந்தது.அவளது ஆசையும் கனவும் நிறைவேறுமா...எங்கே பார்த்துவிடலாம் என்று நானும் அவளையே கவனித்துக் கொண்டிருந்தேன்.

அவளோ மண்பானையில் இருந்த கருப்பு எள்ளை சுளகில் போட்டு புடைத்து சுத்தம் செய்ய ஆரம்பித்திருந்தாள்.அவளது மனதிற்குள்,தனது மகனுக்கு பிடித்ததை செய்து கொடுத்து,எப்படியேனும் அவன் முகத்தில் தான் சிறுவயதில் பார்த்த சந்தோசத்தை, மீண்டும் ஒரு முறை பார்த்துவிட வேண்டும் என்று நினைத்தாள்.

தன் மகனுக்கு சிறுவயதில் பிடித்தது தான் தனது பேத்திக்கும் இப்போது பிடிக்கும் என்று தன் மனதில் நினைத்தவள்.அதற்கான வேலையை செய்ய ஆரம்பித்தாள்.

அவள் சுத்தம் செய்த எள்ளை வறுக்க ஆரம்பிக்க,மெல்ல எள்ளின் வாசம் தெருவில் படர ஆரம்பித்திருந்தது.அதுவரை ஊரைச்சுற்றி வலம் வரப் போயிருந்த ரஜினிக்கு ,எள்ளின் வாசமும் சட்டி வறுபடும் ஓசையும்,இன்று தனக்கு நல்ல வேட்டை தான் எனத் தோன்ற தனது வாலை ஆட்டிக்கொண்டு வேகவேகமாக ஓடிவந்து,நாக்கை தொங்கப் போட்டவாறு,எச்சில் ஒழுக,அவளை எட்டிப் பார்த்தது,கதிர்வேலுவின் வளர்ப்பு நாய்.

அதைக் கவனித்த பேச்சியோ,

"..ஏனாம் துரை ..இவ்வளவு நேரம் எங்க போனீங்களோ..இப்ப மட்டும் வாலை ஆட்டிகிட்டு வந்திருவீங்க ..." என்றவாறு கேட்க,

ரஜினியோ,

"..நானென்ன சொல்ல ...சொன்னா மட்டும் ...என்ன பண்ணப் போற ..." என்பது போல,அவளை ஒருநொடி ஏறிட்டுப் பார்த்து விட்டு,வாசலிலேயே படுத்துக்கொண்டது.

அதன் செயலைக் கண்ட பேச்சிக்கு நன்றாகப் புரிந்தது.

"...இவன் இதுக்கு மேல ...இந்த வீட்டை விட்டு நகர மாட்டான் ..." என மனதிற்குள் நினைத்தவள்.

வேகவேகமாக வாலை ஆட்டிக்கொண்டு அவளைப் பார்த்த,ரஜினியைப் பார்த்து...

"..சரி ..சரி ..ஆட்டுறத நிப்பாட்டு ...இதெல்லாம் உனக்கு இல்ல ...இது ஊருல இருந்து..வரப்போற ..என் மவன் ..கதிர்வேலுக்கு ..." என்று பேச்சி சொல்ல ,

சட்டென தனது காதுகளை மேலுயர்த்தி,தலையை உயர்த்தி,கண்ணை நிமிர்த்திப் பார்த்தது.

அந்தப் பார்வை,கண்ணசைவு அவளுக்கு மேலும் ஆனந்தத்தை தந்தது.

"...இப்ப மட்டும் ...நல்லா முழி ..அதென்ன அவன் பேரை சொன்னா மட்டும் ..அப்புடி ஒரு சந்தோசம் உனக்கு .." என ரஜினியை கிண்டல் செய்தவள்.

அதன் காரணத்தை தனது மனதிற்குள் அசை போட்டவள்.தனக்குத் தானே பேசிக்கொண்டாள்.

''....ஆமால... உனக்கு மட்டும் வாயிருந்தா ..உன்னால பேச முடிஞ்சா ...எனக்கும் அவனைத் தான் பிடிக்கும்னு சொல்லியிருப்பயில...." என்று சொன்னவள்.கதிர்வேல் ஒவ்வொரு முறை வரும்போதும்,ரஜினியின் செயலையும்,கொஞ்சலையும் தனது மனத்திரையில் ஓட்டிப் பார்த்தவள் ஒருகணம் மெய்சிலிர்த்துப் போனாள்.

கதிர்வேலும் ரஜினியும் சேர்ந்து,பலமுறை முயல் வேட்டைக்கு போகும் போது,ரஜினி முயல்களை பிடித்துக் கொண்டு வந்ததைப் பற்றியும்,அவனது திறமையைப் பற்றியும்,கதிர்வேலு பெருமையாக சொல்லச்சொல்ல,ரஜினியின் நடவடிக்கையும் பாவனையும்,எப்படிப்பட்ட நடிகனையும் மிஞ்சிடும்,நடை,பாவனையில் ரஜினியைக் கண்டு அந்த தெருவே வியந்து பார்க்கும்.அத்தனை திறமைசாலி இந்த ரஜினி.

கதிர்வேலுவும் இறுதியாக கல்யாணம் முடித்துப் போனதற்கு அப்புறம்,பேச்சிக்கு ரஜினியும் ஒரு பிள்ளையாகவே மாறிப் போயிருந்தது.கருப்பனின் இறப்புக்குப் பிறகு ரஜினி தான் அவளுக்கு எல்லாமுமாகவே மாறி இருந்தது.அவளது சுக,துக்கம் அனைத்தும் அதற்கும் புரியும்,சில நேரம் அதுவும் அவளுக்காக அழும்.

ரஜினியைப் பற்றி சொல்லிக் கொண்டிருந்ததில் எனக்குத்தான் நேரம் போனதே தெரியவில்லை.நானும் மெல்ல மெல்ல வானத்தின் உச்சியை நோக்கி நகர ஆரம்பித்தேன்.

பனை ஓலையால் மேயப்பட்டிருந்த அந்த கூரை வீட்டில் மேல் உட்கார்ந்து கொண்டு, அவளைப் பார்த்து கத்திக்கொண்டிருந்தது அந்த காகம்.

அந்த காகத்தின் சத்தம்... அவளது காதுகளில் விழுந்தும் விழாமலும் இருந்தது.

வறுத்த எள்ளை ஓலைப் கொட்டானில் அள்ளிக்கொண்டு வந்தவள்,உரலை நிமிர்த்தி அதில் போட்டு இடிக்க ஆரம்பித்தாள்.

அவளது கவனம் முழுவதும் இப்போது,கைகளுக்கு நடுவில் அகப்பட்டிருந்த உலக்கையிலும், உரலின் குழியில் இடிபட்டுக்கொண்டிருந்த எள்ளின் மீதும் இருந்தது.

தான் இடிக்கையில் ஒருதுளி கூட தரையில் வீழ்ந்து விடக் கூடாது என்பதில் கவனமாக இருந்தாள்.

ரஜினியோ வீட்டு வாசலில் படுத்துக்கொண்டு, இவளது செயலை என்னோடு சேர்ந்து வேடிக்கை பார்த்துக் கொண்டிருந்தான்.

தனது சக்தி கொண்ட மட்டும் கையை வேகமாக, ஓங்கி ஓங்கி உலக்கையால் உரலுக்குள் இருந்த, வறுத்த கருப்பு எள்ளையும் வெல்லத்தையும் சேர்த்து இடித்துக் கொண்டிருந்தாள்.

அவளது தலை முடியை விட உடல் கொஞ்சம் கருப்பு தான்... அவள் காதோர கல்லுத் தோடும் அசைந்தாட ... அவளது நெற்றியின் ஓரமாய் வழிந்த வியர்வை... ரவிக்கை போடாத மார்பில் ஆறு போல ஓடி, சொருகி வைக்கப்பட்டிருந்த கொசுவத்தில் கடல் அலை போலே சேர்ந்து கொண்டிருந்தது.

அவள் இடித்துக் கொண்டிருந்த கருப்பு எள்ளும் வெல்லமும் சேர்ந்த வாசனை மெல்ல காற்றில் கலக்கத் தொடங்கியிருக்க,அவள் ஓங்கி உலக்கையால் குத்திக் கொண்டே போக, வாசனை அவளது வீட்டின் அருகே இருந்த இரண்டு வீடுகளையும் சுற்றி வளைக்கத் தொடங்கியிருந்தது.

தனது வீட்டுக்குள் இருந்து வாசனையை மோப்பம் பிடித்தவாறே வெளியே வந்தாள் கருப்பாயி.கருப்பனுக்கு ஒருவகையில் தங்கச்சி உறவுமுறை...இவள் பலநேரங்களில் இவளுக்கு தோழிதான் ..ஆனாலும் அவளைவிட ஐந்து வயது சிறியவள்.இவளும் பேச்சியைப் போலவே இந்த ஊருக்கு வாக்கப்பட்டு வந்தவள்.

தனது கையை மேலே தூக்கி வானத்திலிருந்த என்னைப் பார்த்தவாறு,நேரத்தை கணித்தவள்,மெல்ல பேச்சியை நோக்கி நடந்து வந்தாள்...

"...என்ன மதினி ... இப்போ என்ன செய்றவ ..."

"... ஏன் கேக்குரவ ... உனக்கு என்ன கண்ணு போச்சா.... இல்ல கவனமும் போச்சா..." என்றவாறு தனது குறும்பு பேச்சோடு கருப்பாயியை வரவேற்றாள் பேச்சி.

"...அதெல்லாம் கேக்குது ...தெரியுது.... இந்த வேகாத வெயிலில... என்னத்துக்கு இப்படி வெல்லத்தையும் ..எள்ளையும் போட்டு இடிச்சுக்கிட்டு ...இருக்கிற நீ...." என கேட்டவாறே,

தனது கவனத்தையும் கண்களையும் உரலுக்குள் செலுத்தியவள்,உள்ளே உருண்டு திரண்டிருந்த எள்ளையும் வெல்லத்தையும் பார்த்து,நாக்கில் எச்சில் ஊற நின்றிருந்தாள் கருப்பாயி.

"...ஏண்டி உனக்கு என்ன... பாத்தா தெரியலையா... நான் எள்ளுருண்டை செய்யலாமுன்னு ...இதை போட்டு இடிச்சுக்கிட்டு இருக்கேனாக்கும் .."

"...சரி... சரி..எதையோ செஞ்சிட்டு ..போ ...நல்லாத்தான் செஞ்சுக்கிட்டு இருக்குற... இரு... நான் ஒரு கை எப்படி இருக்குன்னு பாக்குறேன்..." என்றவாறு பேச்சியின் கையிலிருந்த உலக்கையை தனது கையில் பிடுங்கிக்கொண்டு, உலக்கையின் அடியில் இருந்த எள்ளும் வெல்லமும் கலந்த கலவையை, தனது கையில் மெல்ல எடுத்து அதை உருண்டை போல உருட்டி, தனது வாய்க்குள் போடப் போனாள் கருப்பாயி.

வேக வேகமாக தனது கையால்,உலக்கையையும் பறித்தவள், அந்த உருண்டையைப் பறித்து,கோபமாக மீண்டும் உரலுக்குள் போட்டாள் பேச்சி..

"... ஏய் என்ன புள்ள பண்ணுற நீ... வாயில போடப் போனத... இப்படி வெடுக்குன்னு ...புடுங்கி போட்டுப்புட்ட ..." என்று கருப்பாயி பதட்டத்தோடு கேட்க,

"...அதெல்லாம் ...ஒண்ணுமில்ல ...இதையெல்லாம் நீ தின்னக்கூடாது ..ஆமா ..அம்புட்டுத்தான் சொல்லுவேன் .."

"...ஏன் என்னவாம் ...இப்போ.... இத என்ன சாமிக்கா படைக்கப் போற..." என்று மீண்டும் குறும்பாக கேட்டவாறே,தனது கையை மீண்டும் உள்ளே விட தயாரானாள்.

"....ஆமா ...ஆமா நான் என்னோட சாமிக்கு தான் படைக்க போறேன்... நீ எல்லாம் இத வாயில வைக்கக் கூடாது..." என்று பேச்சி..மீண்டும் உலக்கையால் இடிக்கத் தொடங்கியிருந்தாள்.

"....ஓஹோ அப்படியா.... எந்த ஊரில் ...எந்த சாமிக்கு எள்ளை வைச்சு .படையல் ..படைக்கிறது.... அது எந்த சாமிக்காம் ....எனக்கும் சொல்றியோ..." என்று எகத்தாளமாக

கேட்டால் கருப்பாயி.

"..... போவட்டி ...உனக்குலாம் சொல்ல முடியாது... இது என்னோட சாமிக்கு ....எஞ்சாமிக்கு செய்யறேன்..." என்று அவளுக்கு பதிலாக சொன்னவள்.

மீண்டும் வேக வேகமாக இடிக்க ஆரம்பித்தாள்.

"....பாப்பேன் ...நானும் பாக்கத்தானே போறேன்.... எந்த சாமி வந்து... இந்த எள்ளுருண்டைய.... தூக்கிட்டு போகுதுன்னு..." என்றவாறு... கருப்பாயி தனது கைக்கு கிடைத்தது வாய்க்கு கிடைக்கவில்லையே என்ற ஏக்கத்தோடு வாசனையை மட்டும் கையில் மோப்பம் பிடித்தவளாக கையைப் பார்த்தவாறே சொல்ல,

"... நீ மோப்பம்.. புடிச்சு...மோப்பம் புடிச்சு...வாசனை எல்லாத்தையும் தீர்த்துருவ போலருக்கே ...போவியா அங்கிட்டு ..." என்று கோவமாக கத்திய பேச்சி ...தனது வீட்டின் மேற்கூரையில் உட்கார்ந்துகொண்டு அவளை பார்த்து கத்திக் கொண்டிருந்த காகத்தைப் பார்த்தவாறு....

"...நீ வேற ஏன் கத்திக்கிட்டு இருக்குற ....நான் உனக்குத்தான் இடிச்சுக்கிட்டு ...இருக்கிறன் ...கொஞ்சம் பொறு ...." என்றவாறு சொல்ல,

சற்றே நடந்த கருப்பாயி ஒன்றும் புரியாமல்,அந்த காகத்தை ஏறிட்டு பார்த்தவள்..

"... அந்தக் காக்கா பாட்டுக்கு ஏதோ பசியில..கத்திக்கிட்டிருக்கு ...நீ அந்தப் பக்கம் போனதும்.... எப்படி தூக்கிட்டு ஓடலாமுன்னு .... பாத்துக்கிட்டு இருக்குது.... நீ என்னடான்னா அந்த காக்காவுக்காக ....இடிச்சுக்கிட்டு இருக்கேன்னு சொல்ற... உனக்கு

என்ன பைத்தியமா பிடிச்சிருக்கு.." என்று கருப்பாயி கேட்க,

".... உனக்கு அதெல்லாம் புரியாது போடி... போய் உன் வேலையை பாரு.." என்றவாறு மீண்டும் காகத்தை பார்த்தாள் பேச்சி.

"....வரட்டும் வரட்டும்.... நான் அதுக்குள்ள செஞ்சிடுவேன் ..." என்றவாறு தனது வேலையில் இன்னும் வேகம் கூட்டினால் பேச்சி.

‘‘.... பேச்சி ....சரியில்ல வரவர... உன் பேச்சும் செயலும் புரிஞ்சிக்கிற மாதிரியே இல்லை..." என்றவாறு தனது தலையில் அடித்துக்கொண்டு,

"...வீட்டை பாத்துக்க ..நான் தோட்டத்துக்கு போயிட்டு வந்துடறேன் ...." என்றவாறே கிழக்கைப் நோக்கி நடக்க ஆரம்பித்தாள் கருப்பாயி..

கருப்பாயி போனதற்கு அப்புறமும் மீண்டும் காகத்தை ஏறிட்டுப் பார்த்த பேச்சி பேசினால் ..

".... எங்க பக்கத்துல வந்துட்டாங்களா ...அவங்களை ... சீக்கிரம் வரச் சொல்லு.... நான் செஞ்சிட்டேன்...இதோ பாத்துக்க .." என சொன்னவாறே ....உலக்கையை வெளியே எடுத்தவள்....பதமாக இடித்து வைக்கப்பட்டிருந்த எள்ளையும் வெல்லத்தையும் தனது கையில் பிடித்து நசுக்கிப் பார்த்தாள்.

"...பதமா ....சுவையாக.... நல்லா இருக்கு.... நல்லா இருக்கு... " என்றவாறு அதை உருண்டையாகப் பிடித்து தனது கையிலிருந்த ஓலைக்கொட்டானுக்குள் போட ஆரம்பித்து இருந்தாள்.

அடுத்த சில நாழிகையில் உலக்கையையும் உரலையும் ஒரு ஓரமாக விட்டு விட்டு தனது குடிசைக்குள் தான் தயார் செய்திருந்த பண்டத்தோடு நுழைந்தாள்.தரையில் உட்கார்ந்தாள்.

நானும் நடுஉச்சியிலிருந்து அவளது செயலை வேடிக்கை பார்த்துக் கொண்டிருந்தேன்.ரஜினியும் தலையை தூக்கி ஒரு பார்வை பார்த்துவிட்டு மீண்டும் படுத்துக்கொண்டான்.

அப்போது பேச்சிக்கு வயிறு மெல்ல பசியால் கிள்ள ஆரம்பிக்க, நேற்று தான் சமைத்து சாப்பிட்டதில் மீதம் வைத்திருந்த கூலை எடுத்து,புளிச்ச நீச்ச தண்ணீரோடு சேர்த்துக் கரைத்து, தனது வயிற்றை குளிர்விக்க அருந்த ஆரம்பித்தாள்.

அதைக்கண்ட ரஜினிக்கு ஒரு யோசனை தோன்ற...வேகமாக பக்கத்தில் இருந்த வீடுகளில் ஏதாவது தனது தட்டில் போட்டிருக்கிறார்களா என பாத்திட்டு வந்திரலாம் எனத் தோன்ற..ஒரு ஓட்டமெடுத்தது.

இரண்டு வாய் உள்ளே போன போது தான் அவளுக்கு பசியின் அர்த்தம் புரிந்தது.

"...எங்க..இந்த.ரசினி பயல..காணோம்..." எனத் தேடியவள்...மனதில் தனது மகன் வந்து நின்றான்.

"...அட...ஆத்தாடி நான் என்ன செய்வேன்.... என் புள்ளை பசியோட வந்துச்சுன்னா.... அதுக்கு என்னத்த.... கொடுக்க முடியும் ...அதுக்கு ஏதாச்சும் செய்யணுமே...." என்றவாறு, தான் பாதி குடித்து முடித்து இருந்த கூலை அப்படியே தரையில் வைத்துவிட்டு,
பானைகளை துலாவ ஆரம்பித்தாள்.

கண்ணுக்கும் கைக்கும் எட்டியது சிலபடி நெல்மணிகள்,சிவப்பு மிளகாய்,கொஞ்சம் கேழ்வரகு மாவு.. மட்டுமே...அவளுக்கு அப்போது தான்.அந்த யோசனை தோன்றியது.

ஆமாம்..சேதுபதி அய்யாவீட்டுல...தான் முடைஞ்சு வச்சிருந்த ஓலைப்பொட்டியை கொடுத்திட்டு,அரிசியும் பருப்பும் வாங்கியாந்திரலாம்..என மனசு சொல்ல...

தான் பனை ஓலையில் முடைந்து தயாராக வைத்திருந்த ஒரு ஓலைப்பொட்டியை எடுத்து தனது கக்கத்தில் வைத்துக்கொண்டு வீட்டிலிருந்து வெளியே இறங்கி நடக்கத் தொடங்கினார்.

அப்போது பக்கத்து வீட்டில் இருந்து வேக வேகமாக ஓடி வந்த ரஜினி அவளைப் பார்த்து முறைத்தது...

"....ஏய்..எங்க..போற..."

அந்த பார்வையைப் பரிந்து கொண்ட பேச்சி...

".... ஆமா ...ஆமா நான் வெளில போயிட்டு வரேன்... அது வரைக்கும் வீட்டை..பார்த்துக்கோ..." என்றவாறு திறந்து வைத்திருந்த தனது வீட்டை ரஜினியிடம் பார்த்துக்க சொல்லி விட்டு வேக வேகமாக ஒதுக்குப்புறமாக இருந்த தனது வீட்டிலிருந்து ஊருக்குள் நடக்கத் தொடங்கினாள்.

ரஜினி வேகமாக ஓடிப்போய் மீண்டும் வாசலில் படுத்துக்கொண்டு குரைக்கத் தொடங்கியது.

"....சரி..சரி...நான் இங்கயே இருக்கேன்...."

கோனார் தெருவைக் கடந்து சேதுபதி அய்யாவின் வீட்டின் பின்புறத்தை அவள் அடைந்திருந்தாள்.

பேச்சி கருப்பனின் இறப்புக்கு பிறகு சேதுபதியின் வீட்டிற்கு ஏவல் வேலைகளை செய்வது வழக்கம்.ஏனெனில் கருப்பனும் பல காலம் சேதுபதியின் அப்பாவிடம் தோட்டத்து வேலைகளை செய்தவர்.அவர்கள் தந்த பொருட்களை வைத்தே குடும்பத்தை காப்பாற்றினார்.

தான் செய்யும் பனை ஓலையினால் செய்திருக்கும் பண்டங்கள் அனைத்தையும் அவர்களது வீட்டில் கொடுத்துவிட்டு அவர்கள் தரும் அரிசியையும் பருப்பையும் வாங்கிச் செல்வாள்.சில நேரம் அவர்கள் வீடுகளில் செய்யும் தீபாவளி பொங்கல் பதார்த்தங்களையும் வாங்கிக் கொண்டு வந்து தனது வீட்டில் வைத்து சாப்பிடுவது அவளது வழக்கம்.

அவள் வீட்டு பின்புறமாக வந்து மறைப்பாக நின்றிருந்த பேச்சி...

"....அம்மா அம்மா... நான் பேச்சி வந்து இருக்கேங்க..." என்றவாறு மெல்ல குரலெழுப்பி கத்தினாள்..

அப்போது வீட்டுக்குள் இருந்து ஒரு சத்தம்...

"....என்ன பேச்சி... இந்த வெயில்ல வந்திருக்க.... என்ன வேணும்.." என்றவாறு பதில் சொல்லிக்கொண்டு இருக்க,

வெளியிலிருந்த பேச்சிக்கு அது சேதுபதியின் மனைவி வள்ளியின் குரல் தான் என்பதை எளிதில் புரிந்து கொண்டிருந்தாள்.

".... இன்னைக்கு தனக்கு நல்ல வேட்டை தான்...." என்று தனது மனதிற்குள் நினைத்துக் கொண்டவள்.

அடுத்த சில நிமிடங்கள் அங்கு வெயிலிலேயே நின்று கொண்டிருந்தாள்.

வேடிக்கை பார்த்துக்கொண்டிருந்த எனது சூட்டைத் தாங்காமல் தனது கொசுவத்தை எடுத்து தலைமீது முக்காடு போட்டுக்கொண்டு எனது சூட்டை மெல்ல தவிர்க்க முயற்சித்துக் கொண்டிருந்தாள்.

கால்களுக்கு காலணி அணிந்து பழக்கப்படாத அவளுக்கு, அவளது காலுக்கு இன்று ஏனோ எனது கொதிக்கும் சூடு சற்று அதிகமாக தெரிய.... ஒரு காலை தூக்கி மற்றொரு

காலின் மீது வைத்து மீண்டும் சில நிமிடம் காத்திருந்தாள்.அவளது கால்கள் சூட்டில் மெல்ல சிவக்க ஆரம்பித்திருந்தது.

ஆனாலும் வீட்டுக்குள் இருந்து யாரும் வெளியே வருவதாகத் தெரியவில்லை... இதற்கு மேலும் தான் காத்திருந்தால்...தனது மகனின் வருகைக்கும் பேத்தி வருகைக்கும் தாமதமாய் போய்விடுமோ.... என்ன செய்வது என்று நினைத்த பேச்சி மீண்டும் ஒருமுறை குரல் கொடுத்து பார்த்துவிடலாம் என்றவாறு நினைத்தவள்.

".... அம்மா அம்மா.... நான் இங்கேதான் நின்னுகிட்டு இருக்கிறேனுங்க..." என்று கத்த...

".... இருவேன்.. பேச்சி... எதுக்கு இப்படி கத்திக்கிட்டு இருக்கிற.... இரு வந்துடறேன் ..." என்றவாறு குரல் மட்டும் கேட்க,

பேச்சிக்கு அதற்கு மேல் கத்திப்பேசும் திராணியும் இல்லை மீண்டும் பொறுமையாக நின்றிருந்தாள்.

அடுத்த சில நாழிகையில் ...

சேதுபதியின் மனைவி வள்ளி மெல்ல வெளியே எட்டிப்பார்த்தாள்...

"....என்ன பேச்சி....என்ன கொண்டு வந்திருக்க..." என்று கத்த... தனது கையில் இருந்த கல்யாண சீர்வரிசைக்கு குத்துவிளக்கோடு பலகாரங்களை போட்டு வைக்குமளவிற்கு பெரியதாக இருந்த சீர்வரிசை பொட்டியை காமிக்க..

"....ஆமா ..இத்தை....கையில வச்சிகிட்டு தான்.... இந்த

..கத்து...கத்திக்கிட்டு..நிக்கிறியா...இரு.. வர்றேன்..." என்றவாறு மெல்ல அவளின் பக்கம் வந்த வள்ளி...

".... என்னத்த செஞ்சு... வச்சிருக்க... செக்கசெவேருன்னு......." என்றவாறு அவளது கையில் இருந்த ஓலைப்பொட்டியை பிடிங்கிக் கொண்டவள்...

"...இரு வர்றேன்...." என்றவாறு மீண்டும் தனது வீட்டிற்குள் நுழைந்தாள்.

அடுத்த சில நிமிடங்களில்...

ஒரு பாத்திரத்தில் காலையில் செய்து காய்ந்து போயிருந்த இரண்டு இட்லியையும்,தோசையையும் கொஞ்சம் போல கேசரியையும் அள்ளிக்கொண்டு பேச்சியின் அருகே வந்தாள் வள்ளி.

அதை கவனித்த பேச்சிக்கோ பதட்டம் மனதில் ஒட்டிக்கொண்டது ஏனென்றால் பேச்சி எதிர்பார்த்தது தனது மகனுக்கு நெல்லுச்சோறு செய்வதற்கு ஏதேனும் கொஞ்சம் அரிசியும் பருப்பும் தருவார்கள்.. அதை வைத்து அவனுக்கு ஏதேனும் உணவு தயார் செய்து வைத்திருக்கலாம் ...என்று நினைத்திருந்தாள்.

ஆனாலும் வள்ளியை எதிர்த்துப் பேசி தனக்கு தேவையானதை கேட்டு வாங்கும் தைரியம் வரவில்லை... அவளின் அருகே வந்து இருந்த வள்ளியோ

"....எங்க உன்னோட கொட்டானைக்காமி.... " என கேட்க...

தனது கண்ணோரம் வந்த கண்ணீரை மறைத்துக்கொண்ட பேச்சி, தனது மற்றொரு கையில் வைத்திருந்த கொட்டானை வள்ளியை நோக்கி நீட்டினாள்.

தனது கையில் வைத்திருந்த தட்டில் இருந்த இட்லியையும் தோசையையும் பேச்சியின் கொட்டானில் தனது கை கூட படாத அளவிற்கு சற்று தூரமாக இருந்து கொட்டினாள்.

கூடவே வள்ளியும் பேசியது...அந்த தலைகணப் பேச்சு..

".... நீ கொண்டு வந்த அந்த பொட்டிக்கு இட்லியும் தோசையும்... உனக்கு இன்னைக்கு நல்ல வகையான சாப்பாடு தான் ... போய் வச்சுவைச்சு...சாப்பிடு..." என்று வள்ளி சொல்லிவிட்டு பேச்சியின் முகத்தை திரும்பிக்கூட பார்க்காமல் நடந்து போய்க்கொண்டு இருந்தாள்.

பேச்சிக்கு அப்போதுதான் உள்ளுக்குள் மனசு நன்றாக வலிக்க ஆரம்பித்திருந்தது.

தான் கஷ்டப்பட்டு பனை ஓலையை வேக வைத்து அதற்கு சாயம் போட்டு இரவு பகல் பார்க்காமல் முடைந்து கொண்டு வந்திருந்த அந்த பொட்டிக்கு இந்த இட்லியும் தோசையும் ஈடாகுமா... என்ன... என்று தனது மனதிற்குள் நினைத்தவள்.

தனது கண்ணோரம் இப்போது இயலாமையால் வந்து இருந்த கண்ணீரை என்ன சொல்லித் தேற்றுவது... எனத் தெரியாமல் கனத்த மனதோடு அங்கிருந்து நடக்க ஆரம்பித்தாள்.

இப்போது அவளுக்கு கால் சூட்டை விட மனசு சூட்டின் வலி பெரிதாக வலித்தது.

தனது விதியை நொந்தவாறு மீண்டும் தன் குடிசையை நோக்கி நடக்க ஆரம்பித்திருந்தாள்.

என்ன செய்வது தனது மகன் பசியோடு வரும் பொழுது அவனுக்கு என்ன தயார் செய்து

வைப்பது.... என்று நினைத்து இப்போது குழம்பிக் கொண்டிருந்தாள்.

வீட்டிலிருந்த அரிசியும் பருப்பும் இல்லையே...கொஞ்சம் போல நெல்லு மட்டுமே இருக்கிறதே..அதை அவித்து காயவைத்து அரிசியாக்கி..அதெல்லாம் இப்போது நடக்கிற காரியமா... என்று நினைத்தவள்.

நெல்லை தான் இப்போது உடனடியாக உரலில் போட்டு இடித்து அரிசியாக்கி சமைத்தாலும் பச்சரிசி மகனுக்கு பிடிக்காதே...பேத்தியும் சிறியவள்...மருமக பிள்ளையும் வந்து விட்டாள்...தனது கணவனின் மானம் என்னாவது வீட்டிற்கு வந்தவருக்கு சாப்பிட கொடுக்காமல் போனால்...என்ன செய்வது... என்று நினைத்து அழுதவள்.

ஏமாற்றத்தோடு தன் இயலாமையை நினைத்து அழுது கொண்டு நடந்து கொண்டிருந்தாள்.

சேதுபதியின் வீடு இருந்த தெருவைக் கடந்து மீண்டும் கோனார் தெருவை அடைந்து நடக்க ஆரம்பித்து இருந்தாள் பேச்சி.
யாதவகுல மக்கள் பலர் வாழும் அந்தத் தெருவில் இருந்த பல வீடுகள் காரை வீடுகளாகவே இருந்தது. ஆனாலும் வீட்டில் பெரும்பாலும் பெண்களே இருக்க ஆண்களில் பலர் சிங்கப்பூரிலும்,மலேசியாவிலும் வேலைக்கு சென்றிருந்தார்கள்.அவர்களது உழைப்பும் பணமும் தான் அந்தத் தெருவை ஒரு சிறிய நகரத்திற்கு இணையான வீடுகளை அங்கு கட்டவைத்திருந்தது.அதுவே பல நேரங்களில் அப்பாக்கள் இல்லாத ஆண் பிள்ளைகளின் தவறான செயல்களுக்கும் காரணமாக இருந்தது.

அவளுக்கோ மனசு முழுக்க குழப்பம் கால்கள் நடக்க மறுத்து மனசோடு சோர்ந்து போய் மருகிக்கொண்டு இருந்தது.

"...என்ன செய்வேன்..கடவுளே..." என மனதிற்குள் புலம்பியவாறு நடந்தாள்.

இந்த நிலமும் அவளுக்கு பாரமாகத் தெரிந்தது.. நடப்பதற்கே கூச்சப்பட்டால்,காலோரம் தூசி படும்போது எங்கே தான் அந்தப் பாரம்கூடத் தாங்கமுடியாமல் தரையில் வீழ்ந்து விடுவேனோ எனப் பயந்தவாறே நடந்தாள்.

அவளது உடலும், அவளது மனசும் நம்பிக்கையை இழந்ததால் சக்தியற்றுப் போனது.அது உடலையும் பாதிக்க ஆரம்பித்திருந்தது. கூடவே காலை முதல் முழுமையாக வயிற்றுக்கு எதுவும் உண்ணாத அவளுக்கு சோதனையாக,சக்தி குறைந்து போன அவளது வயிறும் தனது வேலையைக் காட்ட, மயங்கி கீழே விழுந்து விடுவது போல இருந்தாள்.
சுற்றிலும் காரை வீடுகள் பல அணிவகுத்து இருந்த அந்தத் தெருவில் இந்த நேரத்தில் அவளைக் கவனிக்க யாருமின்றி அமைதியாக இருந்தது.

அவளது உடலெங்கும் வியர்வைத் துளிகள் வெளியேறிக் கொண்டிருக்க, அவளது நாக்கும் மெல்ல வறண்டு போக ஆரம்பித்து இருந்தது,அதுவும் சேர்ந்து பாரமாக அவளை அழுத்திக் கீழே தள்ள முயற்சி செய்துகொண்டு இருந்தது.

அவளுக்கு அந்த நேரம் அவள் மீதே கோபம் வந்தது. தனது இத்தனை வருட அனுபவத்தில், உழைப்பில்,தனது மகனுக்காக ஒரு கைப்பிடி சோறு கூட செய்யுமளவிற்கு தன்னிடம் எதுவுமே இல்லையே என்று தன்னைத் தானே திட்டிக் கொண்டாள்.

அப்போது அவளது மனதில் கருப்பனின் நினைவும் அந்தக் கணம் வந்துபோனது,
"....மச்சான்... நீ மட்டும் இருந்திருந்தால் ..நான் இப்படி புலம்பி இருப்பனா.... இன்னொருத்தர் கையை நம்பி காத்திருந்து..கலங்கி இருப்பனா...இப்படி கலங்கி அழுது இருந்திருப்பேனா...ஏன் என்னை மட்டும் தனியா விட்டுட்டுப்போன..." என்று தன்னைத்தானே குற்றம் சொல்லிக்கொண்டு,கண்ணை கசக்கிக் கொண்டு,முந்தானையில் மூக்கை சிந்திக்கொண்டு நடந்து போய்க் கொண்டிருந்தாள்.
ஊரின் நடுவில் இருந்த முத்து மாரியம்மன் கோவிலைக் கடந்து செல்ல முயலும் போதே..அவளையும் அறியாமல் அவளது கால்கள் மெல்ல பின்னலெடுக்க ஆரம்பித்தது.
"...அம்மா...தாயே..முத்துமாரி...நீயாவது.....எனக்கொரு வழி சொல்லக்கூடாதா..." என கலங்கினாள்.

அப்போது...
அவளை ஒரு பிஞ்சுக் குரல் கவனத்தைக் கலைத்து தடுத்து நிறுத்தியது...
"....ஏய் பாட்டி அங்கே பாரு ...அந்த அக்கா..உங்களை.. கூப்புடுறாங்க...." என்று அந்த பிஞ்சுப்பெண் குழந்தை சொல்ல....
யாருடா இது இந்தத் தெருவில் தன்னைப் போய் பாட்டி என்று அழைப்பது என்று

ஆச்சரியத்தோடு அந்தக் குழந்தையின் முகத்தைப் பார்த்த அவளுக்கு மேலும் ஆச்சரியம்.

நெற்றியில் பெரிய குங்குமப் பொட்டுவைத்து மஞ்சள் நிறத்தில் பாவாடையும் சட்டையும் அணிந்திருந்த அந்தப் பிஞ்சுப்பெண் குழந்தை அந்த நேரம் அவளது கண்களுக்கு அத்தனை அழகாக, அந்த முத்து மாரியம்மனைப்போலவே தெரிந்தது.அந்த உணர்வில் ஒரு கணம் உடல் சிலிர்த்துப் போனாள்.
மனதில் ஒரு சிறு பொறி போல ஒரு நம்பிக்கை கீற்று தோன்றி மறைந்தது.

"...யாரும்மா..நீயி...என்ன பாட்டினு..கூப்பிடறே....." என தயக்கத்தோடு கேட்டால்..

"..அங்க பாருங்க..அவங்க தான்..அப்புடி கூப்பிட..சொன்னாங்க..." என

அந்தக் குழந்தை அந்த தெருவில் இருந்த செம்புலிங்கத்தின் மனைவி கோமதியின் வீட்டை நோக்கி கைவிரலை நீட்டியது...

அந்தப் பிஞ்சுக்குழந்தை கூப்பிட்ட பாட்டி என்ற ஒற்றை வார்த்தையில் அந்த நொடி அவளது கவலை மறைந்தே போயிருந்தது.மனம் மீண்டும் அந்த பாட்டி என்ற உச்சரிப்பை கேட்க ஆசைப்பட்டது.

ஆனாலும் உள்ளூர பயமும் வந்து அப்பிக்கொண்டது..

தன்னை இந்த குழந்தை பாட்டி என அழைப்பதை யாராவது பார்த்துவிட்டால் பாவம்..அந்தக்குழந்தைக்கும் தனக்கும் அது பெரிய சோதனையில் தான் போய் முடியும் என்பதை உணர்ந்தவள்.பதட்டத்தோடு...

".... ஐயோ தாயே... நீங்க என்ன பாட்டினுலாம்... கூப்பிடக்கூடாது... இனிமே என்னைய பேச்சியின்னே கூப்பிடுங்க..." என்று அந்த பிஞ்சுக் குழந்தைக்கு,தனது இயலாமையையும், அறியாமையும் சொல்லிக்கொண்டிருந்தாள் பேச்சி.
அப்போது தூரமாக இருந்து ஒரு பெண் பேச்சியை கையை காட்டி அழைத்துக்கொண்டு வீட்டுவாசலில் நின்று கொண்டு இருந்தாள்.

அவளோ பார்ப்பதற்கு இளவயது பெண் போல தெரிந்தாள். வேகவேகமாக அவளை நோக்கி நடக்க ஆரம்பித்தாள்.

கூடவே மனதில் யோசனை வேறு...

இந்த வீடு...செம்புலிங்கம்..அய்யாவோட வீடாச்சே...யாரிந்த புதுப்பொண்ணு...அவரோட மனைவி கோமதி அம்மாவையும் காணோமே...என பலத்த யோசனையோடு அவளின் அருகில் சென்றாள் பேச்சி.

பேச்சி யோசிக்கட்டும்..நான் அதற்குள் அவளைப்பற்றி சொல்லி விடுகிறேன்...

அவள் புதுமணப்பெண் பெயர் சிவசங்கரி.செம்புலிங்கத்தின் இரண்டாவது மகன் கோபியின் மனைவி.

மதுரையில் சட்டக் கல்லூரியில் படித்துக்கொண்டு இருந்த கோபி தன்னோடு படித்த சிவசங்கரியை காதலித்து திருமணம் செய்து கொண்டு வந்திருந்தான்.

இது பேச்சிக்கு தெரிந்திருக்க வாய்ப்பில்லை. காரணம் சிவசங்கரி இந்த வீட்டிற்கு வந்தே முழுசாக ஒரு வாரம் கூட ஆகவில்லை.

மேலும் சிங்கப்பூரில் வேலைக்கு சென்று இருக்கும் செம்புலிங்கத்திற்கே அவளது மனைவி கோமதி இன்னும் சொல்லியிருக்கவில்லை.அதற்கு காரணமும் இருந்தது. இந்த ஊரிலேயே முதன் முதலில் கோனார் தெருவில் மற்ற சாதிப்பெண்ணை காதல் திருமணம் செய்து வந்திருந்தது கோபி தான்.இந்த விசயம் தெரிந்த ஒரு சிலருக்கும் உள்ளுக்குள் சாதிவெறி நெருப்பாக புகைந்து கொண்டிருந்தது.தங்களது சாதிவெறியைத் தீரக்க நேரம் பார்த்து காத்திருந்தனர்.

அந்தப் பெண்ணின் வீட்டருகே வந்தவள் சற்று தூரமாக நின்று கொண்டு,

".... என்னங்க தாயி... எதுக்குங்க கூப்பிடுறீங்க..." என்று கேட்க...

".... என்ன பாட்டி... எப்படி இருக்கீங்க.." என்று சிவசங்கரி துவங்கிய முதல் விசாரணையே, அந்தநேரத்தில் பேச்சியின் மனதை அள்ளிக்கொண்டு போனது.

அவளது அந்த அனுசரணையான பேச்சும்,அவளது அக்கறையான அந்தக் குரலும் பேச்சியை அந்த நொடி கட்டிப் போட்டிருந்தது.

பல நாட்களாக ...பேச்சி..நீ எப்படி இருக்க..என்று யாரும் கேட்காத போது...இன்று..இப்போது...அவளது...அனுசரணை...விசாரிப்பு..... கவலையை ஓட்டிவிட்டு மெல்ல ஆனந்த கண்ணீரை பெருக்கெடுக்கச் செய்தது.

ஆனந்தத்தில் மனசு உடைந்து கண்களிலிருந்து வழிந்த கண்ணீரை தனது முந்தானையில் பிடித்துக்கொண்டு, அழுக ஆரம்பித்தாள்.

".... ஏன் பாட்டி... எதுக்கு அழுறீங்க... இப்ப நான் அப்படி என்னத்த கேட்டுப்புட்டேன்.... நீங்க.. இந்தத் தெருவை கடந்து போகும் போது, நான் உங்களைப் பார்த்தேன்... நீங்க கையில் வைத்திருந்த... அந்தப் பொட்டியும்... அதோட வண்ணமும் எனக்கு ரொம்ப புடிச்சிருந்துச்சு... நான் அதை வாங்கிக்கலாம்... என்று உங்களை கூப்பிட்டு... கூப்பிட்டு கத்திக்கொண்டு இருந்தேன்... ஆனா நான் கூப்பிட்டது... உங்களோட காதில்தான் விழவே

இல்ல..... நீங்க பாட்டுக்கு போய்க்கிட்டே இருந்தீங்க.... அதனாலதான் நீங்க திரும்பி வரும்போது... எப்படியாவது பிடிச்சிடலாமுன்னு... வாசலில் காத்துக்கொண்டு இருந்தேன்...இப்ப கூட பாருங்க ....நீங்க ஏதோ ஒரு யோசனையில் போனீங்க ....நான் இந்த பக்கத்து வீட்டு குழந்தைய கூப்பிட்டு உங்களை கூட்டி வரச் சொன்னேன்..." என்று அந்தப் பெண் சிவசங்கரி சொல்லச் சொல்ல.... பேச்சிக்கு மனசு லேசானது போல தெரிந்தது.

"....என்னை மன்னிச்சிருங்க அம்மா... நீங்க கூப்பிட்டது என்னோட காதுல விழல ....அதனாலதான்... கவனிக்கல... நான் ஏதோ ஒரு யோசனையில...அப்படியே போய் விட்டேன் ... என்னை மன்னிச்சிருங்க... இங்கயே...இருங்க .. நான் உங்களுக்கு இன்னொரு பொட்டிய கொண்டு வாரேன்...." என்றவாறு வேகவேகமாக திரும்பினாள் பேச்சி...

".... பாட்டி...நீங்க...அவசரப்படாதீங்க.....நான் இந்த வீட்டுக்கு வாக்கப்பட்டு வந்திருக்க பொண்ணு தான்.. நான் இங்க தான் இருப்பேன்..." என ஆரம்பிக்க..

பேச்சிக்கு சந்தேகம்...

"...யாரும்மா..நீங்க... இந்த வீட்டுல இருக்குறது..கோமதியம்மாவும்..அவங்களோட பசங்களும்...எனக்கு தெரிஞ்சு..ரெண்டு பேருக்குமே..இன்னும் கல்யாணம் நடக்கலையே...நீங்க...." என இழுக்க..

"....நானு..கோபியோட பொண்டாட்டி.... மதுரை தான்.. என்னோட ஊரு..." என ஆரம்பிக்க..

"....அடியாத்தி...அந்த சின்னய்யா..காலேசுக்கு படிக்கவுல்ல போயிருந்துச்சு..." என பேச்சி தயங்கமாக அவளை ஏற இறங்கப் பார்த்தாள்.

" ...இவளும் நல்லா ..குடும்ப பொண்ணாத்தான் அழகா ..இருக்கா..அந்த சின்னய்யாவுக்கு ஏத்த சோடி தான்..." என மனதிற்குள் கணக்குப் போட்டவள்.சிவசங்கரியை தலைமுதல் பாதம் வரை ஒருமுறை ஏறிட்டுப் பார்த்தாள். அப்போது அவளது மனதிற்குள் ஒரு கணம் ஏக்கம் வந்து போனது.இந்தப் பொண்ணு...இவ்வளவு அழகா இருக்காளே...ரொம்ப படிச்சிருப்பாளோ....ச்சே..இப்புடி ஒரு பொண்ணு கதிர்வேலுக்கு கிடைச்சிருந்தா...என்ன சொல்ல தலைவிதி......" என மனதினுள் நினைக்க, மீண்டும் அவளது மனதில் வந்து நின்றான் கதிர்வேலு.

அப்போது சிவசங்கரியே பேச்சியின் கவனத்தை கலைத்தாள்.

"... நாங்க ரெண்டு பேரும் காதலித்து கல்யாணம் பண்ணிக்கிட்டோம்... எங்க வீட்டில ...இதுக்கு ஒத்துக்கல்ல ...அதனால நான் கோபி கூட இங்கேயே வந்துட்டேன்...பாட்டி..."

என சொல்ல..

மெல்ல பெருமூச்சோடு அவளது கதையை கடந்து சென்றால் பேச்சி.

".... இந்தக் காலத்து பொண்ணுங்களுக்கு துணிச்சல் கொஞ்சம் ஜாஸ்திதான் ..." என்று தனது மனதிற்குள் நினைத்துக் கொண்டவள் தனது தலையை மட்டும் ஆட்டினாள்.

" .. எனக்கு பொட்டியை..நீங்க நாளைக்கு கொடுத்தா போதும்... இந்தப்... பணத்தை ...வச்சுக்கோங்க..." என்றவாறு தனது கையிலிருந்த ஐம்பது ரூபாயை பேச்சினூடே பேச்சியின் கையில் வேகவேகமாக திணித்தாள் சிவசங்கரி.

திடீரென சிவசங்கரி ஐம்பது ரூபாய் நோட்டை பேச்சியின் கைகளில் வைத்து அழுத்த, பேச்சிக்கோ என்ன செய்வதென்று புரியவில்லை.

அவளுக்கு நீண்ட நாட்களாகி விட்டது..இப்படி ஐம்பது ரூபாய் பணத்தை முழுவதும் நோட்டாக கையில் வாங்கி..

மேலும் இப்படி வேலை செய்து கொடுக்கும் முன்பே பணத்தை வாங்கியதும் அவளுக்கு பழக்கமில்லை... மெல்ல பதட்டத்தோடு..பணத்தை வாங்க மறுத்தாள் பேச்சி.

".... பணம் எல்லாம் வேணாம் ..அம்மா.. எனக்கு கொஞ்சம் அரிசி பருப்பு இருந்தா குடுங்க... இன்னைக்கு என்னோட மகன் ஊருல இருந்து வர்றான்... அதுக்கு நெல்லுச்சோறு செய்யலாமுன்னு தான்... இந்தப் பக்கம் வந்தேன்..." என்று பேச்சி தனது கவலையை அவளிடம் சொல்ல,

".... அட அதான பாத்தேன்... உங்களோட....கவலைக்கு..இது தான்.. காரணமா... இருங்க...இப்ப வர்றேன்..." என்றவாறு,..பணத்தை பேச்சியின் கையில் வைத்து அழுத்தி விட்டு...வேகவேகமாக அந்த வீட்டுக்குள் ஓடினாள் சிவசங்கரி.

பேச்சி தனது கையிலிருந்த ஐம்பது ரூபாய் பணத்தை திருப்பி திருப்பி பார்த்துக் கொண்டு இருந்தாள்.

அந்த நேரம் அவளது மனது கேட்டது..ஒரு கேள்வி... இந்தப்பணம் எப்படி மனுசனோட உழைப்பை ஈடு செய்யுதுன்னு தெரியலயே...என யோசித்தாள்.அது அவளது அறிவுக்கு மிஞ்சிய கேள்வியாகப் பட்டது அந்தநேரம்.மெல்ல அந்தப் பணத்தை தனது முந்தானையில் முடிந்து கொசுவத்தில் சொருகிக்கொண்டாள்.

சற்று நேரத்திற்கெல்லாம் ஒரு பெரிய முடிச்சோடு வாசலுக்கு வந்த அவள். அந்த முடிச்சை பேச்சியின் கைகளில் கொடுக்க,

பேச்சியும்...

".... கடவுளே..." என அந்தக் கடவுளுக்கு நன்றி சொல்லி வாங்கிக்கொண்டாள்.

அதை வாங்கும் போதே அவளது மனதுக்குள் சந்தோசம் குடிகொள்ள ஆரம்பித்தது.தனக்குத் தேவையான அரிசியும் பருப்பும் கிடைத்துவிட்டது. எப்படியாவது வேகவேகமாக வீட்டிற்குச் சென்று தனது மகனுக்கு நெல்லுச்சோறு செய்ய வேண்டும் என்ற ஆசை அவளுக்கு கிளம்பியது.

".... இங்க பாருங்க..பாட்டி... இதுல அரிசியும் கொஞ்சம் போல துவரம்பருப்பும் வச்சிருக்கேன்... இத கொண்டு போங்க.... நாளைக்கு எனக்கு அந்த பொட்டிய தயார்.. பண்ணி கொண்டு வந்து கொடுங்க.. போதும் ..." என்று சிவசங்கரி சொல்லச் சொல்ல... நிம்மதியில் பேச்சியின் மனசு நிறைந்திருந்தது.

இவ்வளவு நேரமாக... என்ன வேண்டுமோ... அது கிடைக்கவில்லையே என்று ஏங்கி.. எல்லா கடவுள்களையும் வேண்டிக்கொண்டு.... அழுதபடி... வந்திருந்த அவளுக்கு... இப்போது சிவசங்கரியின் உருவத்தில் ... அந்த கடவுளே நேரில் வந்து அவளுக்கு தேவையானதை செய்து கொடுத்தது போல நிம்மதியாக மகிழ்ச்சியாக உணர்ந்தாள்.

பேச்சி அவளைப் பார்த்து தனது இரு கைகளையும் கூப்பி வணங்கினாள். "..அட..பாட்டி..இதுக்கெதுக்கு...கும்பிடறீங்க... உங்க வயசுக்கு என்னை எல்லாம் கும்பிடக் கூடாது கையை இறக்குங்க.." என்றவாறு பேச்சியின் கைகளை பிடித்து கீழே தாழ்த்தினால் சிவசங்கரி.
சிவசங்கரியின் மெல்லிய கைகள் பேச்சியின் கைகளைத் தொட்ட கணத்தில் பேச்சிக்கு ஏதோ ஒரு உணர்வு சொல்லியது.இவள் மிகவும் அன்பானவள்.இவளது கைகள் மிருதுவாக இருப்பதைப் பார்த்தால் பெரிய இடத்து பெண்ணாக இருக்க வேண்டும் என நினைத்துக் கொண்டாள்.

சிவசங்கரியின் செயல்கள் அனைத்தும் பேச்சிக்கு புதியதொரு உணர்வையும் தந்திருந்தது இப்படி ஒரு மரியாதையான பெண்ணை அவள் இதுவரைக்கும் சந்தித்ததே இல்லை.

சிவசங்கரியின் மனதில் மனிதனும், மனிதமும், பேச்சியின் வயதும் மட்டுமே தெரிந்தது. அவளின் செயலில் எந்த வகையிலும் பேச்சியால் சாதி ஏற்றத்தாழ்வை பார்க்க முடியவில்லை.
பேச்சிக்கு சிவசங்கரி ஏதோ ஒரு புதிய தேசத்தில் இருந்து வந்திருந்த தேவதை போலத் தெரிந்தாள்.

"....நாளைக்கு காத்தால கொண்டு வந்து தர்றேங்க..தாயி..." என்றவாறு மீண்டும் ஒருமுறை அவளை வணங்கி விட்டு கிளம்பினாள்.
" .. இன்னும் எத்தனை நாளைக்குத்தான்.... இப்படி கும்பிடு போட்டுக்கிட்டே...

இருப்பீர்களோ ...என்னைக்குத் தான் நீங்களும் திருந்த போறீங்கன்னு தெரியல ..." என்று சொல்லியவாறு சிவசங்கரி வாய்விட்டு சிரித்துக் கொண்டிருக்க,அவளது சிரிப்பும் அவளது மனதைப்போலவே அழகாக இருந்தது.

பேச்சி அந்த இடத்திலிருந்து தனக்குப் புரிந்த வரையில்,அவள் சொல்வது சரிதான்..என்பது போல தலையை ஆட்டிக் கொண்டு கிளம்பினாள்.
அவளது கவனத்தில் இப்போது மீண்டும் வந்து நின்று இருந்தது. கதிர் வேலுவும் அவனுக்காக ஆசை ஆசையாக செய்ய வேண்டிய நெல்லுச்சோறும், வேக வேகமாக தனது நடையில் வேகம் கூட்டினாள் பேச்சி.
இந்த ரஜினி வீட்டை என்ன பண்ணி வைச்சிருக்கானோ தெரியலியே...என்ற பதட்டமும் அவளிடத்தில் வந்து போனது.

நானும் மெல்ல உச்சியிலிருந்து இறங்கி மேற்கு திசையை நோக்கி நகர ஆரம்பித்தேன்.

கோனார் தெருவை அடுத்த தார் சாலையை கடந்து ஆரம்ப பள்ளிக்கூடத்தின் அருகில் வரும்போதே மணியடித்த சத்தம் மதிய உணவுவேளை முடிந்து விட்டது.மாலை நேரம் விரைவில் வரப் போகிறது என்பதை குறிப்பாக அவளுக்கு உணர்த்த தொடங்க,அவளது மனது அடித்துக் கொள்ள ஆரம்பித்தது.

"...அந்த சாயந்திர பஸ்சும் இன்னும் கொஞ்ச நேரத்தில வந்திருமே..கதிர்வேலு ஊருக்குள்ள வற்ற பஸ்சுக்கு வருவானோ ..இல்ல செங்கல் படையிலேயே இறங்கி நடந்து வருவானோ தெரியலையே...செங்கல் படை கண்மாய்க்குள்ள தண்ணியும் நெரஞ்சிருக்கே ..பையன தூக்கிகிட்டு எப்புடி ..கண்மாய் கரை ஓரத்துலயே நடந்து வரப் போறானோ ...என அவளது சந்தோசம் முழுக்க பலவித கோணங்களில் அவளுக்கு பதட்டத்தையே தந்தது.

வேகவேகமாக நடந்து போய்க் கொண்டிருந்தவள்..தூரமாய் தெரிந்த பிள்ளையார் கோவிலைப் பார்த்து, மீண்டும் ஒருமுறை, அவருக்கு தனது வேண்டுதலை நினைவு படுத்தினாள்.

''...சாமி ..எப்புடியாவது ..என் மவனே ....கூட்டிட்டு வந்திரு ..." மனதிற்குள் இந்தமுறை கட்டளையை குறைத்து,கருணை வேண்டி கெஞ்ச ஆரம்பித்திருந்தாள்.

ஆனாலும் அவளுக்கு அந்த நேரமும் தனது நம்பிக்கையை குறைத்திருக்க வில்லை.

இப்போது அவளது நடையில் ஒரு உத்வேகம் இருந்தது.உற்சாகமும் இருந்தது.

ஓட்டமும் நடையுமாக, தனது வீட்டை அடைந்திருந்த பேச்சியை வரவேற்க ரஜினியை வாசலில் காணவில்லை.

அதை கவனித்த பேச்சிக்கு ஒருகணம் கோபம் வந்திருந்தது.அந்த ரஜினி மீது,

"..இவன் எங்க போனான்னு தெரியலியே ..." என்று புலம்பியவாறே,எதிர் வீட்டை எட்டிப் பார்த்தாள்.

அங்கே கருப்பாயியையும் காணவில்லை.

"..அவளின்னும் தோட்டத்திலிருந்து வரல்ல ..போலிருக்கு .." என தனக்குள் சொல்லிக் கொண்டவள்.வீட்டுக்குள் நுழைந்தாள்.

அவள் நுழைந்ததுதான் தாமதம் எங்கிருந்தோ வேகவேகமாக ஓடிவந்தான் ரஜினி.

அவனை பார்த்த பேச்சிக்கு அப்போது சந்தோசம் ..

"...அதானே பார்த்தேன் ...என் வீட்டுக்குள்ள உன்ன கேட்காம யாரும் நுழைய முடியுமா ...என்ன .." என அவனை பாராட்டியவள் .தனது கொட்டானிலிருந்த இட்லியை ரஜினிக்கு பக்கமாக,வீட்டு வாசலில் இருந்த அவனது தட்டில் வைத்து விட்டு,அந்த முடிச்சோடு தரையில் அமர்ந்தாள்.

அந்த இட்லியை வேகமாக மோந்து பார்த்துவிட்டு, அப்படியே பேச்சியை முறைத்தவாறு திரும்பினான் ரஜினி.

அவனது பார்வை பேச்சியை எரித்து விடுவது போல உக்கிரமாக இருந்தது.

"...நீ காலையில இருந்து எனக்கு ஒண்ணுமே தரல ...பரவாயில்ல ...கெழவி ஊருக்குள்ள

போயிட்டு வரும்போது ...ஏதாவது கொண்டு வருமுன்னு காத்திருந்தா..இப்புடி காஞ்சு போன இட்லியவா..போடுற ..." என ரஜினி முறைப்பதிலேயே பேச்சிக்கு புரிந்தது.எனக்கும் புரிந்தது.

"...ஆமா ..நீ என்னை முறைச்சு என்ன ..பண்ணுறது ...அந்த ஆத்தா ...இதைத்தான் ...ஏதோ ...உலக அதிசயம் மாதிரி ..நான் இந்த இட்டிலிய..பார்த்ததே இல்லாதது மாதிரி ....போட்டுச்சி ...பாரேன் ..உனக்கே இது புடிக்கல ...'' என கிண்டலாக வள்ளியை வசை பாடும் நோக்கில் ரஜினிக்கு ஆறுதல் சொன்னாள் உதட்டில் புன்சிரிப்போடு,மெல்ல முடிச்சை அவிழ்க்க ஆரம்பித்தாள்.

அவள் சொன்ன அந்த காரணமும்,சிரிப்பும் ரஜினிக்கு பிடிக்கவில்லை போல ..கோபமாக நடந்து போய் எதிர் வீட்டின் அருகில் இருந்த வேப்பமர நிழலில் படுத்துக் கொண்டு,தலையை தூக்கி பேச்சியை திரும்பிப் பார்த்தது.

''..ஆமா ...இந்த கோபத்துக்கு ஒன்னும் கொரச்சலில்லை...ஏன் ...முன்னயெல்லாம் ஓடியாடி ...வேட்டைக்கு போவியே ..அது என்னாசாம் ...சும்மா ... தின்னு தின்னு ..உடம்பு ..பெருத்ததுதான் மிச்சம் ...இப்பவுல்லாம் ...ஒரு முயலையாவது ..ஏன் ...ஓர் எலியையாவது ..பிடிச்சிட்டு வந்திருக்கியா ...நாக்குக்கு ருசி மட்டும் கேட்குது..'' என தனது தேவையை நாசூக்காக ரஜினியிடம் சொன்னாள் பேச்சி.

அவளது பேச்சு ரஜினிக்கு புரிய மெல்ல தலையை தனது கையின் மீது வைத்து படுத்துக் கொண்டது.

பேச்சியே மீண்டும் தொடர்ந்தாள்..

"...இன்னைக்கு கதிர்வேலு வரட்டும் ...அவன்கிட்ட சொல்லி ..உன்ன என்ன பண்ணுறேன் ..பாரு ..'' என மிரட்டலாக சொல்லியவாறே ...அரிசியையும் பருப்பையும் தனித்தனியே பாத்திரங்களில் கொட்டினாள்.

ரஜினியோ ....யாரு வந்தாலும் நான் பயப்பட மாட்டேன் ..என்பது போல ..வாலை ஆட்டிக்கொண்டு ஈக்களை விரட்டிக் கொண்டிருந்தான்.

அரிசியை ஊறப் போட்டு விட்டு, துவரம்பருப்பை அடுப்பில் வேக வைக்க ஆரம்பித்தாள்.

அடுத்த சில மணி நேரத்தில் ...

எனது கண்பார்வை மெல்ல குறையத் தொடங்கி இருந்தது.எனது நாக்கும் மெல்ல சூட்டை குறைத்துக் கொள்ள தொடங்கிருக்க, மாலை வேளை முடிந்து இரவு வேலை நெருங்க ஆரம்பித்து இருந்தது.

அரிசிச் சோறும் பருப்பும் தயாராக செய்து முடித்திருந்த பேச்சிக்கு இப்போது அடுத்த கவலை ஆரம்பித்தது... தனது மனதிற்குள்ளாகவே கேள்வி கேட்டுக்கொண்டு பதில் கிடைக்காமல் தவித்துக் கொண்டிருந்தாள்.

காலையில் பாதி குடித்தும் குடிக்காமலும் அவள் வைத்திருந்த கூலும் அந்த பாத்திரமும்,நன்றாக காய்ந்து போய் அவளைப் பார்த்து சிரித்துக் கொண்டிருந்தது.

அதனருகில் வள்ளி கொடுத்த தோசையும்,மீதமிருந்த இட்லியும்..நீயாவது ...இப்பயாவது ..எங்களை தின்று பசியாறிக்கொள் என அவளது வயிறைப் போலவே கத்திக் கொண்டிருக்க அவளது கவனமோ கிழக்கு திசை நோக்கி சாலையில் இருந்தது.

பேச்சிக்குத் தான் ஒன்றும் புரியவில்லை.... தான் அதிகாலையில் கண்ட கனவு இப்போது பலிக்குமா ..பலிக்காதா ... தனது கூரையில் அமர்ந்து கொண்டு கத்திக் கொண்டிருந்த அந்த காகத்தின் பேச்சு ஏன் இப்போது வரைக்கும் நடக்கவில்லை.

தான் கனவு கண்டது போல, தனது பேத்தியும், தனது கடைசி மகனும் ஏன் இப்போது வரையும் வரவில்லை என குழம்பியவள் தான் கண்ட கனவை மீண்டும் ஒருமுறை நினைவு படுத்த முயன்று தோற்றுப் போனாள்.

கனவில் தான் உணவு ஊட்டி விட்டது...காலை உணவா ..இல்லை ..இரவு உணவா ..இல்லை ..மதிய உணவா ...என நினைத்து நினைத்து ..குழம்பிப் கொண்டிருந்தாள்.அவள் எத்தனை தூரம் யோசித்தும் அந்தக் கனவில் உணவு உண்ட நேரம் மட்டும் ...மீண்டும் அவளுக்கு நினைவுக்கு வரவில்லை.

அதே போல ..தான் ஊட்டிவிட்டது உணவா ..இல்லை ..வேறெதுவுமா ...என யோசித்தவளுக்கு ...அப்போது தான் ..அவள் காலையில் செய்து வைத்திருந்த ..எள்ளுருண்டை நினைவுக்கு வந்தது.

மெல்ல எழுந்தவள்...அந்த எள்ளுருண்டை இருந்த...கொட்டானை எடுத்துக் பார்த்தாள்.

அவர்களுக்காக தான் ஆசை ஆசையாக செய்து வைத்திருந்த எள்உருண்டையை பார்த்த அவளுக்கு உள்ளுக்குள் வயிறு எரிய ஆரம்பித்திருந்தது.. அவளது பசியோடு சேர்த்து...

எள்ளு உருண்டை செய்து ஓலைப் கொட்டானில் வைத்து, ஓரமாக வைத்திருந்தாள்.இப்போது அதில் சிவப்பு நிற எறும்புகள் சாரை சாரையாக ஊர்ந்து செல்ல ஆரம்பித்து இருந்தது.

பேச்சிக்கோ மனசு படபடத்தது.

தனது பேத்திக்கும் தனது மகனுக்கும் பிடித்த எள்ளுருண்டையை ஆசை ஆசையாக செய்திருந்த அவளுக்கு, அந்த எறும்புகளைக் கண்டதும் தலையே வெடித்து விடும் போல இருந்தது.

கொட்டானில் இருந்ததில் பாதிக்கும் மேல் எறும்புகள் திருடிச் சென்றிருந்தன.

அவளுக்கு சில நொடி கோபமே வந்து இருந்தாலும்,அடுத்த நொடி அவளுக்கு அந்த எறும்புகள் மீது அத்தனை கோபம் வரவில்லை.

"...பாவம் வாயில்லாத ஜீவன்.. உங்களுடைய பசிக்காக... கொஞ்சம் என்னுடைய உழைப்பு செலவாகி உள்ளது... ஆனாலும் பலர் எனது உழைப்பை தின்று வாழ்ந்து கொண்டுதானே இருக்கிறார்கள் .அதற்கு ...நீங்க எவ்வளவோ பரவாயில்லை ..'' என்றவாறு, தனது மனதுக்குள், அப்போது கோபமாக வந்து கரைந்து போனாள் சேதுபதியின் மனைவி வள்ளி.

தனது கோபத்தை மெல்ல குறைத்துக் கொண்டவள்.தான் தயார் செய்திருந்த நெல்லுச்சோறும் பருப்பும்,மீதமிருந்த எள்ளுருண்டையும் பத்திரமாக இருக்க வேண்டுமென்று மூடி போட்டு மூடி வைத்தாள்.ஆனால் அவளுக்குத்தான் அதில் ஒருவாய் கூட சாப்பிடவேண்டுமென்று தோன்றவில்லை.தனது மகனும் பேத்தியும் சாப்பிட்டு முடித்த பிறகுதான் தான் ..சாப்பிட வேண்டும் என மனதிற்குள் திடமாக நினைத்திருந்தாள்.

காலையில் இருந்தே வேக வேகமாக ஓடிக்கொண்டு இருந்த, அவளது உடல் இப்போது ஓய்வு கேட்டு ஒப்பாரி வைக்க ஆரம்பித்திருந்தது.அதன் கூடவே அவளது வயிறு பசியால், அவளுக்கு தலை மீது தலைவலியை பாரமாக கொடுத்திருந்தது.

.. எங்கே தான் சிறிது தலை சாய்ந்தால் தேவலாம் ... என்று அவளுக்குத் தோன்ற,தனது முந்தானையை தரையில் விரித்து படுத்தாள் பேச்சி.அவளது உடல் அசதியோடு தூக்கத்தில் அவளைத் தள்ளியது.

நானும் எனது பகல் வேலையை முடித்து ஓய்வெடுக்க சென்று இருந்தேன்.

....

அதிகாலை வேகவேகமா நான் கண்விழிக்க முயன்று கொண்டிருந்தபோது,அதேநேரம் ரஜினியும் பேச்சியின் சேலையை தனது வாயால் கடித்து இழுத்து எழுப்பிக் கொண்டிருந்தான்.

மெல்ல தனது கண்ணைத் திறந்து வெளிச்சம் பார்த்த பேச்சி...

"... அடக்கடவுளே இன்னிக்கி... இவ்வளவு நேரம் தூங்கிட்டோமா.." எனச் சொல்லி தன்னைத் தானே திட்டிக் கொண்டவள்.அந்தக் கோபத்தை அப்படியே ரஜினியின் மீது திருப்பினாள்.

"...ஏன் நீ வேற இப்படி காலங்காத்தாலே ...சேலையை கடிச்சுக்கிட்டு இருக்குற ..." என்று ரஜினியை பார்த்து கேட்டவாறே எழுந்தாள்.

ரஜினி எதையோ அவளிடம் சொல்வதற்காக மீண்டும் மீண்டும் அவளது சேலையை பிடித்து இழுத்து விட்டு, வாசலைப் திரும்பிப் பார்த்து கத்திக் கொண்டே இருந்தான்.

பேச்சிக்கு உள்ளுணர்வு ...அப்போதுதான் விழித்துக் கொண்டது...

"...ஒருவேளை கதிர்வேலு காலை முதல் பஸ்சுக்கு வந்து இருப்பானோ..." என்று நினைத்தவள்...அரக்கப் பரக்க எழுந்து வீட்டை விட்டு வெளியே வந்து பார்த்தாள்.

ஆனால் வீட்டின் வெளியே யாரையும் காணவில்லை.

ரஜினியோ அந்த தெருமுனையைப் பார்த்து குரைத்துக் கொண்டு, திரும்பித் திரும்பி பேச்சியை பார்த்து கத்திக் கொண்டிருக்க, பேச்சிக்கு ரஜினி ஏதோ தன்னிடம் சொல்ல வருவது மட்டும் புரிந்தது.

மெல்ல தனது தலை முடியை கொண்டை போட்டுக் கொண்டவள். தனது உடைகளை சரிசெய்து கொண்டு ரஜினியை நோக்கி நடக்க ஆரம்பித்தாள்.

ரஜினி திரும்பிப் பார்த்து, பேச்சியை பார்த்து கத்திக்கொண்டே, முன்னே ஓட பேச்சிக்கு மனதில் பதட்டம் ஒட்டிக்கொண்டது....எண்ணமோ ஏதோ வென ... ரஜினிக்கு பின்னே வேகவேகமாக நடக்கத் தொடங்கினாள்.

அவளது மனசு கிடந்து அடித்துக் கொண்டது.

"...கடவுளே ..எதுவும் தப்பா ..நடந்திருக்க ...கூடாது ..." என தெய்வங்களை வேண்டிக்கொள்ளத் தொடங்கியிருந்தது.

வேகவேகமாக ஓடிய ரஜினி குளக்கரையை அடைந்திருந்தான்... அப்போது குளத்தைச் சுற்றிலும் சில ஆண்களும், பெண்களும் நிறைந்திருந்தார்கள்.

"...என்ன ஏது..." என கூட்டத்தின் நடுவே புகுந்த பேச்சியும் மெல்ல எட்டிப்பார்த்தாள்.

ஊரணிக்குள் கரையின் ஓரத்தில் ஒரு பெண் பிணம் மிதந்து கொண்டிருந்தது.

அதைக் கண்ட பேச்சி ஒருகணம் ....அதிர்ந்தே போயிருந்தாள்.

"...இந்த உடம்பை ....புடவையை ..எங்கயோ ..பார்த்த மாதிரி ..இருக்கே ..." என யோசிக்க ஆரம்பித்தாள்.

அந்த பெண்ணின் உடல் குப்புற கிடக்க,யாரென்ற அடையாளம் தெரியாமல் ..குழம்பிக் கொண்டிருந்தாள்.

கூட்டத்தில் நடுவே..அந்தக் குளத்தில் கிடந்த பெண்ணின் சடலம் கிடத்தப்பட்டிருந்தது.

அதைக் கண்ட பேச்சிக்கு ஒருகணம் உடலுக்குள் நடுக்கம் எடுத்தது.காரணம் அந்தப் பெண் சிவசங்கரி.
இப்போது பேச்சியின் முந்தானையில் முடிந்து வைத்திருந்த ஐம்பது ரூபாய் நோட்டு அவளுக்கு, மிகுந்த பாரமாக இருந்தது.

அவள் அந்த இடத்தில் அதற்கும் மேல் நிற்க முடியவில்லை.மனசு ஒத்துழைக்கவில்லை.

அவளது உடலைப் பார்த்தும் கூட்டத்தைப் பார்த்தும் ஏதோ தனக்கு தெரிந்த பாசையில்

கத்திக் கொண்டிருந்தான் ரஜினி.

அப்போது அங்கே நின்றிருந்த ஒருவன் ..

"...இந்த நாயி வேற..கத்திக்கிட்டே இருக்கு.... .." என்று சொன்னவாரே ரஜினியை நோக்கி கல்லைக்கொண்டு எறிந்தான்.

அந்த தாக்குதலை எதிர்பார்க்காத ரஜினிக்கு அந்தக்கல் முதுகின் மீது வேகமாகப்பட்டது.அவனுக்கோ வலி தாங்கவில்லை. கத்திக்கொண்டே அந்த இடத்திலிருந்து ஓட ஆரம்பித்தான்.

பேச்சியும் அதனை எதிர்பார்க்கவில்லை..ரஜினியின் முதுகில் பட்டதன் வலி அவளுக்கும் புரிந்தது.

அதற்கு மேல் அங்கு நிற்க அவளுக்கும் விருப்பமில்லை.

"...ஒரு வாயில்லாத ஜீவனை எப்புடி..கல்லால அடிக்கறான்..பாரு..இவனுக்கெல்லாம் நல்ல சாவே வராது.." என மனது மனதிற்குள் திட்டிக்கொண்டே நடக்க ஆரம்பித்தாள்.

காரணம் கல்லால் அடித்தது சேதுபதியின் இளையமகன் சோமன்.எங்கே நான் சத்தமாக பேசினால் அவனது கோபம் தன்மீது திரும்பி விடுமோ என்ற பயத்தில் மனதிற்குள்ளே திட்டிக்கொண்டாள்.

மெல்ல வீட்டை நோக்கி திரும்பி நடக்க ஆரம்பித்தாள்.

அவளது மனது முழுக்க இப்போது சிவசங்கரியே நிறைந்து போய் இருந்தாள்.

பேச்சியை பலவித கேள்விகள் துளைத்தெடுக்க ஆரம்பித்தன.

".... ஏன் என்ன ஆச்சு.... இந்த பொண்ணுக்கு ....நேத்துதான் இந்த பொண்ணப் பார்த்து.... அவ்வளவு நேரம் பேசிக்கிட்டு இருந்தோம்.... என்னைப் பார்த்து.... அன்பா எப்படி இருக்கீங்க...என்று கேட்ட முதல் ஆள்...இவள் தான்... ஏன் இந்த சாவு...இது எப்படி வந்துச்சு...கடவுளே என் மேல அக்கறை வைக்கிற யாரையுமே..விட்டுவைக்க மாட்டியா..... இப்படி பாதியிலதான்... கூட்டிட்டு போவியோ....நான் அப்படி என்னய்யா பாவம்..செஞ்சேன்..இன்னும் இந்த பூமியில் வாழறதுக்கு..." என்று தனது மனதிற்குள் அழுதாள்

....அதற்கு மேல் அவளுக்கு மனசு பொறுக்கவில்லை, சிவசங்கரியின் நினைவு அவளைப் போட்டு நெஞ்சுக்குள் அழுத்த ஆரம்பித்தது.

நான் பாக்கையில தைரியசாலியாக தெரிஞ்சாலே... அந்தப் பொண்ணு... ஏன் இப்படி குளத்தில் விழுந்து தற்கொலை செஞ்சுக்கிட்டா...." என்று யோசித்தவாறே நடந்து கொண்டிருந்தாள்.

சுற்றிலும் வேடிக்கை பார்த்தவர்கள்.. ஒவ்வொருவரும் ஒவ்வொரு வகையில் புரளி பேச ஆரம்பிக்க,பேச்சிக்கோ எதை நம்புவது..எதை விடுவது எனத் தெரியாமல் குழம்பிப் தான் போயிருந்தாள்.

அவள் நடந்து போகும்போதே ...மற்றவர்கள் பேச்சும் அவளோடு நடந்தது.

ஒவ்வொருவரும் ஒவ்வொரு வகையில் பேசிய விடயங்கள் பேச்சியின் காதுகளில் விழுந்து அவளது மனதிற்குள் பல குமுறல்களை கொண்டு வந்திருந்தது.

அவளுக்கு என்ன செய்வது என்றும் புரியவில்லை.

ஒரு சிலர் அவள் கோபியோடு வாழப்பிடிக்காமல் குளத்தில் குதித்து தற்கொலை செய்து கொண்டிருக்கிறாள் என்று ஒரு புறமும்,

வேறு சிலரோ காலையில் குளிக்க வந்த அந்தப் பெண் கால் வழுக்கி குளத்திற்குள் விழுந்து இறந்துவிட்டாள் என்று ஒரு புறமும் சொல்லிக்கொண்டிருக்க,

மற்றவர்களோ. ".... புதுப்பெண்ணான..இவளை... கீழ் சாதிக்காரர்கள் நகைக்காக கொலை செய்து ஊரணியில் போட்டுவிட்டு போயிருக்கலாம்..போலீசில் புகார் கொடுத்து விசாரிக்கலாம்..எல்லாம் அந்த செல்லூர்க்காரனுங்க வேலையாத் தான்.. இருக்கும்....." என தங்களது சாதிப்பகையை வேறுவகையில் சொல்லிக் கொண்டிருக்க....ஊகங்கள் காற்றில் கலந்து அனைவரையும் கற்பனை கதைகளுக்குள் மூழ்கவைத்து உண்மையை உயிரோடு கொன்றிருந்தது.அது சிவசங்கரியின் உடலோடு புகைய காத்திருந்தது.

பேச்சிக்கோ எதை நம்புவது என்று தெரியவில்லை.

கத்திக்கதறி அழுது கொண்டிருந்த கோபியின் குடும்பத்தின் அழுகையும்,கோபியின் துக்கமும்,கோமதியின் கதறலும் அவர்களது துக்கத்தை,வேதனையை பிரதிபலிப்பதாகவே

இருந்தது. யாரையும் குற்றமாக சொல்லும் படி இல்லை.

ஆனாலும் பேச்சியின் மனதிற்குள் ஒரு குழப்பம் நீண்டு கொண்டே போனது.

இப்படி ஊரணி கரையில் செத்து கிடந்த அவள்..உடல்... ரஜினிக்கு எப்படி தெரிந்தது.

ரஜினி எப்படி என்னை அழைத்துக் கொண்டு இந்த குளக்கரைக்கு இவ்வளவு காலையில் வந்தான்.

முதலில் ரஜினி எதற்காக இந்த குளக்கரைக்கு வந்தான் என்று புரியாமல் யோசனையோடு தனது வீட்டை நோக்கி நடந்து கொண்டிருந்தாள்.

அப்போது நான் அதிகாலை மஞ்சள் வெளிச்சத்தில் இந்த உலகை நனைக்க ஆரம்பித்திருந்தேன்.

மனித கணக்கின்படி அதிகாலை ஆறு மணி இருபது நிமிடம்...

தனது தெருவுக்குள் இறங்கி நடக்க ஆரம்பித்து இருந்த அவளுக்கு தூரமாக, முனியப்பசாமி கோவில் பொட்டல் காட்டில்...யாரோ ஒருபெண் தலையில் முடிச்சுகளை வைத்துக் கொண்டு நடந்து வருவதும், அவளுக்கு அருகில் ஒரு ஆண் தோளில் ஒரு குழந்தையை சுமந்துகொண்டு நடந்து வருவதும் பேச்சியின் கண்களுக்கு மங்கலாகத் தெரிந்தது.

அந்த ஆண் உடுத்தியிருந்த சிவப்புச்சட்டையும்,நடையும் கூடவே நடந்து வந்த பெண் உடுத்தியிருந்த புடவையும் அவளுக்கு கதிர்வேலையும் அவனது மனைவி முனீஸ்வரியையும் நினைவுக்கு கொண்டு வந்தது.

அதை கண்டதும் பேச்சியின் மனது குளிர ஆரம்பித்தது.

"..... நானு..... கண்ட கனவு வீணாப் போகலை....கடவுளே...பிள்ளையாரப்பா...முனியா....கருப்பா.....காளியாத்தா... நிறைவேறிருச்சு..... அதோ தூரத்தில நடந்து வாரது.... கதிர்வேலு தான்..அவனே தான்.. என் மகன் தான்.....அவனது தோளில் உட்கார்ந்து..இராசாத்தியாட்டம்... வாரது... எனது பேத்தி தான்..... கமலா தான்.... நான் அவள பாக்கப் போறேன்...கையில தூக்கி ..உச்சி முகர முத்தமிடப்போறேன்..." என்று ஆவலில் அவளது மனது துள்ளிக் குதிக்க ஆரம்பித்தது.

"... பிறந்து ஒரு வயசுல தாத்தனோட சாவுக்கு முன்னாடிப் போய் பாத்தது.இப்போ எப்புடி..இருப்பா...மூணு வயசாயிருக்கும்..என்னப் பாத்து அப்பத்தான்னு..கூப்பிடுவா..என் உசுரு..அத கேக்கத்தானே காத்துக்கெடக்கு....." என்று மனதுக்குள் குழந்தைப் பாசத்தில் அவளும் குழந்தையாகவே மாறிப் போயிருந்தாள்.

அதே மகிழ்ச்சியில் வேகவேகமாக தனது வீட்டை நோக்கி ஓடினாள்.அப்போது அவளது உடம்பில் ஏதோ புது இரத்தம் பாய்ந்தது போல அத்துனை உற்சாகமாக இருந்தாள்.

நேற்று பகலெல்லாம் சாப்பிடாமல் இரவில் பசி மயக்கத்திலேயே உறங்கிப் போயிருந்த அவளுக்கு இப்போது அந்த விதமான எந்த அறிகுறியும் தெரியவில்லை.ஒரு குழந்தை போல ஓட,நடக்கத் தொடங்கினாள்.

அத்தனைக்கும் ஒரே ஒரு காரணம். அவளது இள இரத்தம் ஓடும்....அவளது பேத்தி கமலாவும்..அவளது மகன் கதிர்வேலுவின் முகமும் தான் காரணம்.

வீட்டுக்குள் நுழைந்தவள்..ஒரு பித்தளைத் தட்டை எடுத்து...அந்த தட்டில் மஞ்சளை உரசி....தண்ணியை ஊற்றி....சுண்ணாம்பைப்போட்டு...சுருக்குப் பையிலிருந்த வெற்றிலையை கிள்ளிப் போட்டாள்.
முதன்முதலாக தனது வீட்டுக்கு வரும் பேத்தியை வரவேற்க ஆரத்தியை தயார் செய்திருந்தாள்.

தயார் செய்த ஆரத்தியை தூக்கிக்கொண்டு வீட்டுக்குள்ளிருந்து வேகவேகமாக ஓடினாள்.

என்னத்த சொல்ல, அவசரம் எல்லாத்திலும் அவசரம்.அத்தனைக்கும் காரணம் பாசம்..அந்தப் பாசம் செய்யும் மாயம் பல நேரம்....சந்தோசத்திலும் சில நேரம் துக்கத்திலும் முடியும்.

அப்படித்தான் பேச்சிக்கும் நடந்தது.

வேகவேகமாக தனது வயதிற்கும் மீறி நடந்தவள் கால் இடறி வீட்டு வாசலில் திடீரென குப்புற விழுந்தாள்.

அவளது கையிலிருந்த தட்டில் இருந்த ஆரத்தி முகத்திலும்,தரையிலும் விழுந்து, தரையோடு இரத்த சிவப்பில் கொட்டி இருந்தது.

அவள் கீழே விழுவதற்கும் வலியில் எங்கேயோ ஓடிப்போயிருந்த ரஜினி ஓடி வருவதற்கும் சரியாக இருந்தது.

அவள் கீழே விழுந்து வலியால் துடிக்க ஆரம்பித்தாள்.அவளது அடி வயிற்றிலும்,முழங்காலிலும்,இரு முன்னங்கைகளிலும்,நெஞ்சிலும் அடி பலமாக இருந்தது.

முன்னங்கை,கால் சிறாய்ப்புகளில் மெல்ல தோல்பகுதி தேய்ந்து, வலி எடுக்க ஆரம்பித்திருந்தது.

அதைக்கண்ட ரஜினியும் என்ன செய்வதெனத் தெரியாமல் தனக்குத் தெரிந்த பாசையில் கத்தத் தொடங்கினான்.இடமும் வலமும் தலையை அசைத்து கதறினான்.அவனுக்கும் அவளது வலி உணர்வானது.

அவள் கீழே விழும் போது ஏற்பட்ட தட்டின் சத்தமும் ரஜினியின் கதறல் சத்தமும் கேட்ட கருப்பாயி, தனது வீட்டுக்குள் இருந்து வெளியே வந்தாள்.
வெளியே வந்தவள்... பேச்சி அலங்கோலமாகக் கிடக்க,அவளது மனதிற்குள் பதட்டம் அப்பிக்கொண்டது.ஓடி வந்தவள் பேச்சியை மெல்லத் தூக்கி மடியோடு சாய்த்துக் கொண்டாள்.

அவளுக்கு துக்கம் தொண்டையை அடைக்க ஆரம்பித்தது.அவளது நினைப்பெல்லாம் ஒருகணம் ஆடிப்போனது.இந்த கிழவிக்கு ஒண்ணு ஆச்சுண்ணா..இதோட மகன்களுக்கு நான் என்ன பதில் சொல்றது...
பேச்சியின் கன்னங்களை மெல்ல கையால் தட்டி உணர்வை கொண்டு வர முயற்சித்தாள். கூடவே சத்தமாக கத்தினாள்.

"....யோவ்...இங்க வாய்யா....சீக்கிரம் வந்து பாரு...மதினிக்கு என்னமோ ஆயிருச்சு..." என தனது கணவனைக் கூப்பிட்டாள் கருப்பாயி.

".... ஏன் மதினி....என்ன செய்யுது...கொஞ்சம் கண்ணைத் தொறந்து பாருங்க..."....

"...அய்யா.. வாருமய்யா..சீக்கிரம்... இதென்ன இரத்த மாட்டம்..இருக்கே....யோவ்...சீக்கிரம்.. வாய்யா...பாடையில...போறவனே...." என மீண்டும் கோபமாக கத்த,தூக்கத்தில் இருந்து எழுந்த கருப்பாயின் கணவன் முனியன் ஓடி வந்தான்.
"...என்னத்துக்கு..கூப்பாடு..போடுற..." என கோபமாக ஆரம்பித்தவன்..பேச்சியின் நிலையைப் பார்த்து.. தனது பேச்சை அடக்கிக் கொண்டான்.

ஓடி வந்து பேச்சியை தூக்க ஆரம்பித்தான்.மெல்லத் தூக்கி சுவற்றோடு சாய்த்து வைக்க முயற்சித்தான்.ஆனால் பேச்சியின் உடலோ ஒத்துழைக்க மறுத்தது.அவனால் அவனைவிட எடை அதிகமுள்ள பேச்சியை தூக்க முடியாமல் தவித்தான்.

அந்த தட்டையும் வாசனையையும் உணர்ந்த முனியன்

"...என்னத்தா...பண்ணுற..நீ...இதென்ன..ஆரத்தி தட்டு..இந்த நேரத்துல..." என கேட்க,

"....
அப்போது வலியோடு முணங்கினாள் பேச்சி..

".... இல்ல கருப்பாயி...என்ன விடு..ஒண்ணுமில்ல... அங்கே தூரமா..பாரு...
வாரான்..கதிர்வேலு..அவன பாக்கணும்...." என்று பேச்சி சொல்ல..
மெல்ல ஓடிப்போய் எட்டிப் பார்த்து விட்டு திரும்பி ஓடி வந்தான் முனியன்.

"....ஏமாத்தா... ஒனக்கு...என்ன பைத்தியமா..புடிச்சிருக்கு.... அங்க பாரும்மோய்....
....அவங்க வேற யாரோ... நம்ம வீட்டுக்கு வர்றவங்க இல்ல... ஊருக்குள்ள போறாங்க
...பாரு.." என்று சொல்ல,
அவள் கண்ட இரண்டு பேரும் இவர்கள் தெருவைக்கடந்து ஊருக்குள் போய்க்கொண்டு இருந்தார்கள்.
பேச்சிக்கு இப்போது,
".... அவளது ஆசை.... கனவு எல்லாத்திலும்.... மண் விழுந்தது போல இருந்தது....
மெல்ல தனது முழங்காலிலும், இடுப்பிலும் இருந்த வலியை பொறுத்துக் கொண்டு எழுந்து அமர்ந்தாள்..... அவளுக்கு இப்போது முழங்காலிலும், இடுப்பிலும் இருந்த வலி நெஞ்சுக்கு மாறியிருந்தது...மெல்லப் புரிந்தது..ஏமாற்றம்...பாசத்தில் ஏமாற்றம்..கொடுமை..மிகவும் கொடியது... ஆனாலும் அவளது மனது கேட்பதாக இல்லை....

நேற்று சரியாக உணவு அருந்தாத அவளுக்கு இப்போது பசி மயக்கமும் சேர்ந்து கொள்ள, நாக்கு வரண்டு போய் இருந்தது.

"....கருப்பாயி... கொஞ்சம் தண்ணி கொடு ...." என்று சைகையால் கேட்டாள்.அவளால் இப்போது பேச முடியவில்லை என்பது முனியனுக்கு நன்கு புரிய.... வேகவேகமாக வீட்டிற்குள் நுழைந்தவன்.

ஒரு செம்பில் தண்ணீர் அள்ளிக் கொண்டு வந்து பேச்சிக்கு கொடுத்தான் தண்ணீரை வாங்கி வேகவேகமாக குடித்தாள் பேச்சி.

அப்போது அவளுக்கு சற்று நெஞ்சை அடைக்க ஆரம்பித்தது.மூச்சு விட சிரமப் பட்டாள்.அதை கவனித்த கருப்பாயி,

பேச்சியின் நெஞ்சு மீது கையை வைத்து தேய்க்க ஆரம்பித்தாள்.

".....என்ன மதனி.... இந்த வயசுல போய் இப்படி ..பண்ணிக்கிட்டு இருக்கிறீங்க ...கொஞ்சமாவது சூதானமா... இருக்க..வேண்டாமா.." என்று பேச்சியைக் கண்டித்தால் கருப்பாயி.

ஆனால் கருப்பாயி பேசியது பேச்சிக்கு அவ்வளவு தூரம் மனதிலும் காதிலும் சேர்ந்ததாக தெரியவில்லை.
அவளுக்கு நெஞ்சில் துடிப்பு மெல்ல மெல்ல குறைந்து கொண்டே இருந்தது. மூச்சு விட சிரமப் பட்டுக் கொண்டிருந்தாள்.

அதை கவனித்த ரஜினிக்கும் புரிந்தது. ரஜினி மெல்ல கருப்பாயியைப் பார்த்து கத்த ஆரம்பித்தான்.
ரஜினி பதட்டத்தோடு கத்த, அப்போது கருப்பாயிக்கு அந்த பதட்டம் புரிந்தது.

பேச்சி மெல்ல மயக்க நிலைக்கு போனாள்.மெல்ல மயங்கி தரையில் சாய்ந்தாள்.

பேச்சி மயங்கி தரையில் சாய, இப்போது பதட்டம் கருப்பாயிக்கும் முனியனுக்கும் ஒட்டிக்கொண்டது. கூடவே எண்ணமோ ஏதோவென பயத்தில் வானத்தைப் பார்த்து ரஜினியும் கத்த ஆரம்பித்து இருந்தான்.

பேச்சியின் தலையைத் தூக்கி தனது மடியில் வைத்துக்கொண்டு கத்தி கதறி அழ ஆரம்பித்தாள் கருப்பாயி.

ரஜினியின் கண்ணோரம் நீர் ஒழுக ஆரம்பித்து இருந்தது.அவனோ வேகவேகமாக வீட்டிற்கு பின்புறம் ஓடினான்.

பின்புறம் வந்தவன். பின்புறத்தில் தரையில் உருண்டு புரண்டு வானத்தைப் பார்த்து கதறி அழுது,கெஞ்ச ஆரம்பித்தான்.அவனது அழுகையும் கெஞ்சலும் எனக்கும் புரிந்தது.அவன் எமனிடமிருந்து பேச்சியின் உயிரைக் காப்பாற்ற போராடிக் கொண்டிருந்தான்.

பேச்சியின் மூச்சைப் பார்த்த கருப்பாயி அதிர்ந்தே போனாள்.

அவளோ மூச்சுப் பேச்சின்றி கிடந்தாள். மூக்கோரம் கைவைத்துப் பார்த்தவள்..மெல்ல பேச்சியின் வாய்க்குள் விரலை விட்டுப் பார்த்தாள்.
பேச்சிக்கு பல் கட்டி இருந்தது.வேக வேகமாக முனியனைப் பார்த்து, சத்தம் போட்டாள்.
"....யோவ்... சீக்கிரம் வீட்டுக்கு போய்..காஞ்ச மிளகாயும்..மண்ணெண்ணெ விளக்கையும்.. எடுத்துட்டு வா..ஓடு..." என கத்தினாள். அவளுக்கு பதட்டம் ஒட்டிக்கொண்டது.பேச்சியை காப்பாற்றியே ஆகணும் என வெறியோடு வேகவேகமாக முனியனை அதட்டினாள்.

"....கடவுளே....இவங்களை காப்பாத்திரு....உனக்கு கெடா வெட்டி பொங்க வைக்கிறேன்...."....
.......மதினி கண்ணைத் தொறங்க மதினி...." என பேச்சியின் கன்னத்தில் ஓங்கி அடித்தவாறே அழ ஆரம்பித்து இருந்தாள் கருப்பாயி.

தனது கையை வைத்து பேச்சியின் நெஞ்சில் மெல்ல அழுத்த ஆரம்பித்திருந்தாள்.

தனது வீட்டுக்குள் இருந்து சிவப்பு நிற குடைமிளகாய் சிலதை அள்ளிக் கொண்டு,மண்ணெண்னெய் விளக்கோடு வேக வேகமாக ஓடி வந்தான் முனியன்.

"...இந்தா...பிடி..." என நீட்டியவனை முறைத்தாள் கருப்பாயி.

"...யோவ்..தீப்பெட்டியும்..எடுத்துட்டு வாய்யா....ஓடு...போ...விளங்காதவனே..." என கோபத்தில் வெடித்து கத்தினாள்.

அவளுக்கு பதட்டம் எப்படியும் பேச்சியை நான் காப்பாற்றியே ஆக வேண்டும் என முடிவெடுத்திருந்தாள் கருப்பாயி.

" ....மதினி...நீங்க...கண்ண முழிங்க..மதினி...."...என கதறினாள் கருப்பாயி.

"....கொல்லங்குடி....வெட்டுடையா.....காளி....தாயமங்கலம் மாரி...உனக்கு மொட்டை போட்டுடறேன்... தாயீ..இவங்க..உயிரை திரும்பி கொடுத்துரு...." என கதறினாள்.

மீண்டும் வீட்டுக்குள் ஓடிய முனியன் அடுப்பங்கரையில் இருந்த தீப்பெட்டியை எடுத்துக்கொண்டு வந்து கொடுக்க,
"...யோவ்...விளக்க..பத்தவைய்யி...மூஞ்சப்பாரு..எல்லாத்தையும் சொல்லுவாங்களா........"

என அக்கினியாய் வெடித்தாள்.அவளது வார்த்தைகளில் கொப்புளித்தாள்.

"....கடவுளே..இந்த உசுர எடுத்துறாத...இன்னும் கொஞ்சகாலம்..பேரன் பேத்திய பாத்திட்டு அப்புறம் போகட்டும்.... இவங்களை விட்டுரு..." என கையெடுத்து கும்பிட்டு அழ ஆரம்பித்தாள்.

முனியனோ விளக்கை பற்றவைக்க போராடினான்.வீட்டு வாசலில் காற்றும் வேகமாக அடிக்க தீக்குச்சி பற்றவைத்ததுமே அணைந்து போனது.

முதல் இரண்டு குச்சியும் வீணாகிப் போனது.
அதைக்கண்ட கருப்பாயி மேலும் கோபமானாள்.

"....தினமும் சுருட்டு பத்தவைக்கிற...இந்த விளக்க பத்தவைக்க முடியலையா...நீயெல்லாம்..ஒரு மனுசனா...நீ செத்து தொலையேன்டா..." என தனது கணவனை கோபத்தில் திட்டித் தீர்த்தாள் கருப்பாயி.

அப்போது பின்புறமிருந்த ரஜினி வேகமாக ஓடி வந்து பேச்சியின் காலை தனது முன்னங்காலால் சுரண்டியபடி நின்றிருந்தான்.

விளக்கை மூன்றாவது குச்சியில் பற்றவைத்தான் முனியன்.விளக்கு இப்போது தீப்பற்றி எரிய ஆரம்பித்திருந்தது.இப்போது காற்றும் நின்று போயிருந்தது.

இப்போது ரஜினி மெல்ல பேச்சியின் காலின் அருகே படுத்துக் கொண்டான்.அவனது கண்ணோரம் வழிந்த நீர் பேச்சியின் கால்களில் வழிய ஆரம்பித்தது.அவனும் தனது நாக்கால் பேச்சியின் காலை நக்க ஆரம்பித்திருந்தான்.

கருப்பாயி மிளகாயை எடுத்து விளக்கின் தீயில் பிடிக்க ஆரம்பித்தாள்.

அந்த மிளகாய் மெல்ல தீயில் கருகி புகை வர ஆரம்பித்திருந்தது.

புகை வந்ததும்,அது வரை காத்திருந்த கருப்பாயி.

அதில் வந்த புகையை பேச்சியின் மூக்கில் வைத்தாள்.

மிளகாயின் புகை பேச்சியின் நாசிகளில் ஏற ஆரம்பித்தது.

"...யோவ்..அடுத்த மிளகாயை தீயில்..பிடிய்யா..." என கத்த... முனியன் இன்னொடு மிளகாயை தீயில் எரிக்க ஆரம்பித்திருந்தான்.

இப்போது இரண்டாவது மிளகாய் பேச்சியின் நாசியருகே வர,

அடுத்த சில வினாடிகளில் நீண்ட இருமலோடு, மூச்சு விட ஆரம்பித்தாள் பேச்சி. கூடவே சளிபோல வாந்தி எடுக்க ஆரம்பித்து இருந்தாள்.

அப்போது தான் கருப்பாயிக்கு மனசில் நிம்மதியே வந்தது. அதுவரை காலை நக்கிக்கொண்டே இருந்த ரஜினி இப்போது மெல்ல எழுந்து நின்றிருந்தான். பேச்சியின் முகத்தைப் பார்த்து முனங்கியவாறு,
மூசு..மூசுசென முணங்கினான்.

சில வினாடிகள் மௌனத்தில் கரைய,கருப்பாயி ஆரம்பித்தாள்..

"...என்ன மதினி....இப்புடி..பண்ணிட்டீங்க..." என பேச்சியை கட்டிக்கொண்டு கதறி அழ ஆரம்பித்தாள்.

பேச்சிக்கு அப்போது தான் அவளது நிலைமை மெல்ல புரிய ஆரம்பித்து இருந்தது.தனது மாராப்பு சேலையை சரி செய்து கொண்டு மெல்ல விழித்தாள்.

".... என்ன அக்கா.... என்ன தான் செய்யுது ... நேத்து சாப்பிட்டீங்களா இல்லையா...கொஞ்ச நேரத்துல..பதறிப்போயிட்டோம்...." என்று மெல்ல முனியன் தனது பதட்டத்தை சொன்னான்.

"....ஏய்...அழாத..புள்ள..நான் அவ்வளவு சீக்கிரம் சாக மாட்டேன்..." என தனது முதல் வார்த்தையிலேயே கருப்பாயியை தேற்றினாள் பேச்சி.

பேச்சி ..
"....நான் அவ்வளவு... சீக்கிரத்தில் செத்துப் போயிர மாட்டேன் .." ....அப்படின்னு ...சொன்னது எனக்கும் ரொம்ப ஆச்சரியமாகத்தான் இருந்தது.

இவ்வளவு நேரம் தனது உயிர் தன்னிடம் இல்லை .அது எங்கோ ஒரு கூட்டில் இருந்து பறந்து போய்.. இன்னொரு கூட்டை அடைய ஆசைப்பட்டு, ஏதோ அவள் செய்த புண்ணியத்தின் பலனாக,சில நல்ல உள்ளங்களின் வேண்டுதலால் திரும்பிவந்து இருந்தது என்பது அவளுக்குப் புரிந்திருக்க வாய்ப்பில்லை.

ஆனாலும் அவளது தன்னம்பிக்கை எனக்கு ஆச்சரியமாக, அதிசயமாக இருந்தது. நானும் பேச்சியைப் பார்த்து புன்னகைத்தவாறே, கிழக்கு திசையில் இருந்து மெல்ல உச்சியை நோக்கி நகர ஆரம்பித்தேன்.

பேச்சியும் சற்று சுதாரித்து எழுந்து இருந்தவள்.தனது வேலைகளை ஆரம்பிக்க ஆரம்பித்திருந்தாள்.

நேற்று தனது மகனுக்காக ஆசை ஆசையாக செய்து வைத்த அரிசிச் சோறும், இப்போது இரவு தண்ணி ஊற்றி வைக்காமல் படுத்து இருந்ததால், சற்று காய்ந்து இருந்தது. வேகவேகமாக அதில் தண்ணீர் ஊற்றிவைத்தாள்.

கூடவே இராத்திரி வைத்திருந்த பருப்புகுழம்பையும் இப்போது சூடு படுத்த தொடங்கினாள்.

பேச்சி பருப்புக்குழம்பை சூடு படுத்த ஆரம்பிக்க அதன் வாசனை எதிர் வீட்டிலிருந்த கருப்பாயியின் மூக்கை துளைக்க ஆரம்பித்திருந்தது.

அப்போது தான் தானும் சாப்பிட அமர்ந்திருந்த முனியனுக்கும் பருப்பு வாசனை தூக்கலாகத் தெரிய,

"...ஏய்..புள்ள..ஒரு எட்டு..போயி..கொஞ்சமா குழம்புவாங்கிட்டு வாயேன்.." என கருப்பாயியிடம் கெஞ்ச,

"...இரு..வாங்கியாறேன்..." என எழுந்து பேச்சியின் வீட்டுக்கு வந்தவள்.தனது கையிலிருந்த பாத்திரத்தை நீட்டினாள்.

இப்போது பேச்சிக்கு தனது மகனுக்காக இன்னும் வைத்து காத்திருப்பதில் உடன்பாடு இல்லை.

"....நீங்களாவது சாப்பிடுங்க..." என கிண்ணத்தில் ஊற்றி கருப்பாயிக்கு கொடுத்தனுப்பினாள்.

கருப்பாயி வாங்கிக் கொண்டு அந்த இடத்தில் இருந்து நகர, இப்போது பேச்சியும் ஒரு முறை அதை சாப்பிட்டு பார்த்து விடலாம் என்று மனதிற்குள் முடிவெடுத்திருந்தாள்.

காரணம் பேச்சிக்கும் அப்போது பசி எடுக்க தொடங்கயிருந்தது.மேலும் இன்னும்

வைத்திருந்தால் பருப்புக் குழம்பு எங்கே கெட்டுப் போய்விடுமோ என்ற அச்சமும் மனதில் எழுந்தது.

அவள் நேற்று மீதம் வைத்திருந்த கூலையும், அரிசி சோற்றையும் சோத்துக் குண்டானில் போட்டு, தனது கையால் அள்ளி, ஒரு வாய் வாயில் வைத்தாள்.

அப்போது அவளுக்கு ரஜினியின் நினைவு வந்தது.

".... எங்கே இந்த ரஜினி பய..." என்று வாசலுக்கு வந்து எட்டிப் பார்த்தாள்.

அங்கு ரஜினியை காணவில்லை.

"..... இவன் மறுபடியும் ஊர் சுத்த போயிட்டானா..வரட்டும்...பாத்துக்கறேன்..." என்று ரஜினியை பேசிவிட்டு, ரஜினியின் தட்டில் கொஞ்சம் போல சாப்பாட்டையும், சாம்பாரையும் கலந்து வைத்து விட்டு, மீண்டும் தனது சாப்பாட்டு குண்டானுக்குள் கையை வைத்தாள்.

அப்போது அவளது வீட்டு வாசலில் யாரோ வந்துநிற்கும் நிழல் தெரிய, மெல்ல எட்டிப் பார்த்தாள் பேச்சி.

அங்கே நின்று கொண்டிருந்தது.சேதுபதியின் தோட்டத்தில் கூலி வேலை செய்யும் வசந்தி.இவள் புதிதாக இந்த ஊருக்கு பிழைப்பு தேடிவந்து வசித்துக்கொண்டிருக்கும் இளவயது விதவை.அழகான தோற்றமுடையவள்.

பேச்சி எட்டிப் பார்ப்பதை பார்த்த வசந்தி.

".... ஏன் பேச்சி... என்ன பண்ற..." என்று தனது பேச்சை ஆரம்பித்தாள்.

"....என்னம்மா...வசந்தி.. இந்தப் பக்கம் ..." என்று பேச்சியும் பதிலுக்கு பேச, "...நான் ஒரு சோலியா... தான் ..வந்து இருக்கேன் ...பேச்சி..உன்ன சேதுபதி ஐயா... கையோட கூட்டிட்டு வரச் சொன்னாங்க..." என்று ஆரம்பித்தாள்.

பேச்சிக்கோ இப்போது மனதில் குழப்பம்..

..... என்னது சேதுபதி ஐயா கையோட கூட்டிட்டு வர சொன்னார்களா... என்று யோசித்தவள்.சேதுபதி கூட்டிட்டு வரச் சொல்லியிருந்தா எப்பயும் முக்கியமான வேலையாத்

தான் இருக்கும் என நினைத்தவள்.

"....ஏன்... புள்ள... என்ன சொன்னாரு..." என்று பதற்றத்தோடு எழுந்தாள் பேச்சி.

ஏனென்றால் அவளுக்கு சேதுபதி ஐயாவின் பேச்சும்,அவரது ஆதரவும், அவளது குடும்பத்திற்கு எப்போதுமே இருந்தது உண்டு.

கருப்பன் இந்த ஊருக்கு வந்து அவரிடம் வேலை பார்த்த நாள் முதலாக பேச்சியின் குடும்பத்திற்கும், சேதுபதியின் மீது அளவுகடந்த மரியாதையும் விசுவாசமும் உண்டு.

தனது சாப்பாட்டில் இருந்து கையை எடுத்துக் கொண்டு வேகவேகமாக எழுந்த பேச்சியைப் பார்த்ததுமே வசந்திக்குப் புரிந்தது.

"....ஏய்.... பேச்சி... இரு.. இரு..கொஞ்சம் பொறு.... ஏன் அவசரப் படுற.... சாப்பாட்டிலிருந்து எந்திரிக்கிற.... முதலில் சாப்பிட்டு முடி... அப்படி ஒன்றும் பெரிய விஷயமில்லை ...." என்று வசந்தி சொல்ல,

"....ஏ ...புள்ள என்ன சொல்லுற நீ ...சேதுபதி ஐயா கையோட கூட்டிட்டு வரச் சொன்னாருன்னு... சொல்லுர... நான் இப்ப போய் உட்கார்ந்து சாப்பிட்டுட்டு இருந்தா நல்லாவா இருக்கும்...." என்று பதில் கேள்வி கேட்டாள் பேச்சி.

"....நீ ஒன்னும் பயப்படாத பேச்சி.... அப்படி ஒன்னும் தலைபோகிற விசயம் இல்ல ...அவங்க மிளகாய் தோட்டத்திலே.... மிளகாய் பழம் பறிக்கிறதுக்கு ...உன்னையே கூட்டிட்டு வரச் சொன்னாங்க..." என்று சொன்னாள் வசந்தி.

இப்போதுதான் பேச்சிக்கு மனதில் நிம்மதி வந்தது. இவ்வளவு நேரம் என்னவோ ஏதோ என்று பயந்த அவளுக்கு இப்போது மீண்டும் நிம்மதியாக சாப்பாட்டில் கை வைத்தவாறு அமர்ந்தாள்.

வசந்தி தூரமாக வரும்போதே கவனித்த கருப்பாயி இவள் என்ன செய்கிறாள்..என்ன பேசுகிறாள் என பொறுமையோடு பார்த்துகொண்டு இருந்தவள்.

இவ்வளவு நேரம் வசந்தியும் பேச்சியும் பேசிக்கொண்டிருந்ததை கேட்ட கருப்பாயி,தனது வீட்டிலிருந்து கோபமாக பேச்சியின் வீட்டை நோக்கி வேக வேகமாக நடந்து வந்தாள்.

அவளுக்கு இந்த வசந்தியைப் பற்றியும் அவள் சொல்லும் விசயத்திலும் நம்பிக்கை

இல்லை.மேலும் வசந்தியின் கைங்கரியமும் கருப்பாயிக்கு தெரியும்.அவளது நடவடிக்கை அவளுக்கு சுத்தமாகப் பிடிக்காது.

பேச்சியின் வீட்டு வாசலில் வந்து நின்றவள்.

"....ஏன்..வசந்தி... அதுவே வயசு போன காலத்துல ...இப்பதான் உடம்பு முடியாம எந்திரிச்சு உக்காந்து இருக்கு.... இப்ப போய் வேலை இருக்குன்னு சொல்லிட்டு கூப்பிட வந்திருக்கே..." என்று ஆரம்பித்த கருப்பாயி.வசந்தியை முறைத்தவாறே...

அப்படியே பேச்சியின் பக்கம் திரும்பிப் பார்த்தாள்.

"...என்ன மதினி... இவ்வளவு நேரம் நாங்க சிரமப்பட்டு... இப்பதான் உங்க உசுர காப்பாத்தி... உட்கார வைச்சிருக்கோம்...அதுக்குள்ள வேலைக்கு போகணுமா.... இன்னைக்கு போக வேணாம்... நாளைக்கு போகலாம் ... இல்லையா..." என்று தனது அக்கறை கலந்த பேச்சில் அவளது உயிரை காப்பாற்ற நல்ல பதிலை எதிர்பார்த்து கேட்டாள் கருப்பாயி.

"....நீ வேற புள்ள... சேதுபதி ஐயாவே கையோடு கூப்பிட்டு வரச் சொல்லி இருக்காருன்னா.... அது முக்கியமான வேலையாத் தான்... இருக்கும்.... இந்த நேரத்துல போயி.. நான் உடம்பு சரி இல்லைன்னு சொல்லிக்கிட்டு இருந்தா ...அது நல்லா இருக்காது.... நான் இன்னைக்கு ஒரு நாளைக்கு போய் வேலையை முடிச்சுக் கொடுத்துட்டு ...நாளைக்கு வேணா வீட்டில இருந்துக்கறேன்..." என்று பதில் சொன்னாள் பேச்சி.

கருப்பாயிக்கும் இது தெரியும் பேச்சி இதைத்தான் செய்வாள் என்று அதனால்தான் அவளும் எப்படியாவது பேச்சியை தடுத்து நிறுத்திவிடலாம் என்று வேக வேகமாக வந்து இருந்தாள்.

ஆனால் இப்போது பேச்சி பேசிய பேச்சு அவளுக்கு வருத்தமாகவே இருந்தது.சிறிது நேரத்திற்கு முன்பாக பேச்சியின் உயிரைக் காப்பாற்ற கண்ட கண்ட தெய்வங்களை எல்லாம் வேண்டி, மனசு வருந்தி அழுது இருந்த கருப்பாயி.... இப்போது பேச்சி செய்வது ஆச்சரியமாகத்தான் இருந்தது.உள்ளுக்குள் கோபமாகவும் இருந்தது.அவளுக்கு பேச்சி இன்று வேலைக்குப் போவதில் விருப்பமில்லை.

பேச்சியிடம் கருப்பாயி பேசியதைக் கேட்ட வசந்தி.

"..என்ன கருப்பாயி.... நீ பேச்சிக்கு வரும் வருமானத்தையும் கெடுத்து விடுவ... போல இருக்குது ....சேதுபதியய்யாவே.. கையோடு கூட்டிட்டுவான்னு சொல்லி இருக்காரு.... நீ என்னடானா அவள வேலைக்கு போகாத ன்னு சொல்லிக்கிட்டு இருக்கே..." என்று தனது பக்க புரிதலை வெளிப்படுத்தினாள் வசந்தி.

வசந்திக்கோ எங்கே இந்த கருப்பாயி தனது திட்டத்தில் மண்ணை அள்ளிப் போட்டு விடுவாளோ எனப் பயம் வந்திருந்தது.

அவளும் ஒரு வகையில் சேதுபதி வீட்டுக்கு விசுவாசமானவள் தான். ஆனாலும் பேச்சியையும் கருப்பாயியையும் விட வயதில் மிகவும் இளையவள்.

அவளுக்கு சற்று நேரத்திற்கு முன்பு நடந்த விஷயங்கள் தெரிந்திருக்கவில்லை.அதனால் அவளது பதில் வேறு விதமாக இருந்தது.மேலும் அவளது வற்புறுத்தலுக்கான காரணமும் இருந்தது.

".... எங்கே பேச்சியை வேலைக்கு வரவிடாமல்... கருப்பாயி தடுத்து விடுவாளோ என பதறினாள் வசந்தி.
கருப்பாயி பேச பேச்சி மௌனமாக இருக்க, எதற்கும் ஒருமுறை பேச்சியை மிரட்டிப் பார்த்து விடலாம் என்ற முடிவுக்கு வந்திருந்தாள் வசந்தி.

"....ஏன் பேச்சி நீ இப்போ.... வேலைக்கு வர்ரியா இல்ல.... நீ வர மாட்டேன்னு சொன்னதா...அய்யாகிட்ட போய் சொல்லி விடட்டுமா..." என்று மிரட்டுவது போல தொனியில் பதிலைக் கேட்டால் வசந்தி.

அவள் மிரட்டுவது போல் சொன்னது,பேச்சியை சற்று பதற வைத்திருந்தது.

வெறுமனே சேதுபதியின் பெயரைச் சொன்னாலே எதிர்பேச்சு பேசாமல் வேலை செய்யும் பேச்சிக்கு ... எங்கே இவள் போய் சேதுபதி ஐயாவிடம் வேலைக்கு வர விருப்பம் இல்லை என்று சொல்லி விட்டால்... எங்கே தனது சாப்பாட்டில் மண் விழுந்து விடுமோ.... என்று பயந்து தான் போனாள்.

மேலும் அவளது விசுவாசமும் அதற்கு இடம் தராது... எப்படியும் சேதுபதி சொன்ன வேலையை செய்து விட்டுத்தான் மற்ற வேலைகளைப் பார்ப்பாள் பேச்சி இதுதான் அவளது குடும்பத்தின் வழக்கமும் கூட, சேதுபதியை பகைத்துக்கொண்டு அந்த ஊரில்

வாழ்வது அத்தனை எளிதல்ல என்பதும் பேச்சிக்குத் தெரியும். அது கருப்பாயிக்கும் புரியும். ஆனாலும் பேச்சியின் உடல்நிலையை நினைத்து கருப்பாயியின் மனது கிடந்து அடித்துக்கொண்டது.

இந்த தள்ளாத வயதில் பேச்சி இன்னும் எத்தனை துன்பங்களை அனுபவிக்க போகிறாளோ... என்று தனது மனதுக்குள் நினைத்துக் கொண்டவள்.

தூரமாக சாப்பிட்டுக் கொண்டிருந்த முனியனை துணைக்கு அழைத்தாள்.

எங்கே அவன் சொன்னாலாவது பேச்சி கேட்பாளோ என முயற்சி செய்து பார்த்தாள் கருப்பாயி.

"....ஏனுங்க இங்கே வாங்களேன் ...உங்க அக்கா வேலைக்கு போகுதாமாம்..." என்று முனியனின் கருத்தை அறியும் பொருட்டு கூவினாள்.

அதுவரை அங்கே நடந்ததை கவனித்து கேட்டுக்கொண்டே சாப்பிட்டுக் கொண்டிருந்த முனியன்.அவனுக்கும் பேச்சியின் மனம் புரிந்தது.சேதுபதியைப் பற்றியும் தெரியும் சிறிது மனதினுள் யோசித்தவன்.

" ... நீ ஏன் புள்ள தேவையில்லாம பேசிக்கொண்டிருக்க.... அக்காவுக்கு எல்லாமே தெரியும் ....அது என்ன செய்யணும்னு முடிவு எடுக்குமோ.... அதையே... செய்யட்டும் ...நீ..இங்க.. வர்ரியா...முதல்ல..." என்று கருப்பாயியை சத்தம் போட்டான் முனியன்.

அவனுக்கு எங்கே கருப்பாயி பேச்சியைத் தடுப்பது வசந்தி மூலமாக சேதுபதிக்கு தெரிந்து தனக்கு ஏதேனும் பிரச்சனை வந்துவிடுமோ என்று பயந்து போயிருந்தான் முனியன்.அவனது உடல் பலமும் மனபலமும் அத்தகையது என்பது எனக்கும் தெரியும்.அவன் எப்போதும் கருப்பாயியை விட பயப்படக்கூடியவன்.ஆண் கோழை.இதுவரையும் ஒரு பிள்ளைக்கும் தகப்பனாகாதவன்.

ஆளாளுக்கு மாறிமாறி பேசிக்கொண்டிருக்க பேச்சி மட்டும் அமைதியாக சாப்பிட்டுக் கொண்டிருந்ததைக் கவனித்த வசந்தி சற்றே கோபத்திற்கு ஆளாகி இருந்தாள்.

"....இங்க பாரு...பேச்சி..கடைசியா..சொல்லு... நீ வரியா இல்ல.... நான் நேரா போயி அய்யாகிட்ட .. சொல்லட்டுமா...சொன்னா என்ன நடக்கும் தெரியும்ல..." என்று சற்று கறாராக பயமுறுத்தலோடு கேட்டாள் வசந்தி.

"....அட நீ வேற இருத்தா....இந்த சோத்தை தின்னுட்டு வந்துடுறேன்..." என்றவாறு வேகவேகமாக பேச்சி சாப்பிட்டு முடித்தாள்.

தனது மத்தியான சாப்பாட்டிற்குப் தூக்குச் சட்டியில் அரிசி சோறும், ஒரு கிண்ணத்தில் சாம்பாரையும் எடுத்து தூக்குச் சட்டியில் வைத்து மூடி தலையில் சுருமாடு சுருட்டிவைத்துக்கொண்டு கிளம்பினாள் பேச்சி.

வீட்டை விட்டு வெளியேறி நடக்கும் போதே தெரிந்தது பேச்சிக்கு நடை வழக்கம்போல இல்லை. இன்று உடல் மெல்ல தளர்ந்து நடையில் பலவீனம் தெரிந்தது.அவளது இடுப்பிலும் முழங்காலிலும் இன்னும் வலி மிச்சமிருப்பதை கவனித்தாள் கருப்பாயி. ஆனாலும் பேச்சி முடிந்தவரை அதை வெளிக்காட்டிக்கொள்ளாமல் அவளைக் கடந்து நடந்து போனாள்.

அதை ஓரமாக இருந்த முனியனும் கருப்பாயியும் கவனித்துக் கொண்டு அமைதியாக உள்ளுக்குள் கவலைப் பட்டுக்கொண்டு இருந்தார்கள்.

அப்போதும் கருப்பாயிக்கு மனசு பொறுக்கவில்லை.

"....எங்கே.... இந்த... மதினி வேலை செய்யும் இடத்தில் வெயிலில்... மயங்கி விழுந்து விடப் போகிறதோ..." என்ற பதைபதைப்பு மட்டும் அவளது மனசுக்குள் அப்பிக் கொண்டிருந்தது.

மெல்ல நடந்து போற பேச்சியைப் பார்த்து கத்தினாள்.

"....மதினி பார்த்து கவனமா... வேலையை முடிச்சிட்டு வாங்க...ஏதும் முடியலைனா...சொல்லியனுப்புங்க...நான் ஓடியாறேன்...." என்று சொல்லும் போதே அவரது குரல் உடைந்து இருந்தது.கண்ணோரம் கவலை ஒழுக காத்திருந்தது.

எனக்கும் அவள் போல கவலை ...இன்று பேச்சி இன்னும் என்னவெல்லாம் துன்பங்களை அனுபவிக்கப் போகிறாளோ என்ற பதட்டம் ஒட்டிக்கொண்டது.

கருப்பாயியின் அக்கறையும் எச்சரிக்கையும் பேச்சியின் மனதிற்குப் புரிந்தது. தனது தலையை மட்டும் அரைகுறையாக ஆட்டிவிட்டு, மெல்ல வசந்தியின் பின்னால் நடக்க ஆரம்பித்தாள்.

தனது தெருவைக் கடந்து, வசந்தியின் திட்டம் தெரியாமலும்,பலிஆடாகப் போகிறோம்

என்பதும் தெரியாமலும் அவள் பின்னாலே நடக்க ஆரம்பித்தாள் பேச்சி.

தலையில் எனது தீநாக்கின் கொடுமையிலிருந்து தப்பிக்க,கருப்பனின் துண்டை முண்டாசுபோலக் கட்டி அதன் மீது தூக்கு சட்டிய நிறுத்திவைத்து, வலது கையில் ஒரு ஓலைப் பெட்டியை பிடித்தபடி நடந்து கொண்டிருந்தாள்.

முன்னே வசந்தியும் அவள் போட்ட நாடகமும் நடக்க,அவளுக்குப் பின்னே பேச்சியும் நடந்தால் விசுவாசம் என்ற அரிதாரம் பூசி வலியை மறைத்தவாறு பலவீனமான உடலோடு....

பேச்சி நடந்து போவதைப் பார்க்கும்போது எனக்கும் மனது கடினமாகத்தான் இருந்தது. இந்த வயதிலும் இப்படி,தனது வைராக்கியத்திற்காக சிரமப்பட்டு வாழ்ந்து கொண்டிருக்கும் பேச்சிய நினைத்து பெருமை கொள்வதா..இல்லை அழுவதா என்று தெரியவில்லை.நான் அழுதாலும் எனது கண்ணில் நீர் வரப் போவதில்லை. ஏனெனில் எனக்கு கண்ணீரே கிடையாது. அப்படி நான் அழுக ஆரம்பித்தால் பூமி இருக்காது.

இன்னும் கொஞ்ச நேரத்தில் அவளுக்கு நடக்கப்போகும் கொடுமைகளை நினைத்துப் பார்க்க எனக்கு இப்போதே மனது அத்தனை துன்பமாக இருந்தது.ஆனால் அது எதுவும் தெரியாத பேச்சி வசந்தியின் பின்னே நடந்து போக ஆரம்பித்தாள்.

ஊரணியைக் கடந்து முனியப்பசாமி கோயிலைக் கடந்து வடக்கு பக்கமாக இருந்தது சேதுபதியின் மிளகாய் தோட்டம்.அதனை ஒட்டியே ஒரு கிணற்றோடு கூடிய பம்புசெட். (கிணற்றைச் சுற்றி சுவர் எழுப்பப்பட்டு காரையில் கூரை வேயப்பட்டு மொட்டைமாடியும்,அதனுள்ளே ஆட்கள் தங்கக்கூடிய வசதியும் கொண்ட ஒரு கட்டிடம்...பலருக்கு தெரியும்.. என நினைக்கிறேன்..)
ஒரு ஏக்கர் அளவில் பெரிய அளவில் போடப்பட்டிருந்த மிளகாய்த் தோட்டம் ஆங்காங்கே சிறிது சிறிதாக தனித்தனி வயல்களாக பிரிக்கப்பட்டிருந்தது.

தோட்டத்தில் முழுவதுமாக குடைமிளகாய் பழங்கள் காய்ந்து தொங்கிக் கொண்டிருக், தோட்டத்தை அடைந்திருந்த பேச்சிக்கு மனதிற்குள் பதட்டம் அப்பிக்கொண்டது. காரணம் தோட்டத்தை அடைந்திருந்த போது, அங்கு பேச்சியும் வசந்தியையும் தவிர அங்கு வேலைக்கு வந்திருந்தது வேறு யாருமில்லை.அதை கவனித்த பேச்சிக்கு உள்ளூர

பதட்டமும் வருத்தமும் சேர்ந்துகொண்டது. மெல்ல வசந்தியைப் பார்த்து கேட்டால், வரப்பின் ஓரம் தனது தலையிலிருந்த தூக்குச்சட்டியை இறக்கி வைத்தவாறு...

"....ஏன் புள்ள... என்ன யாரையுமே வேலைக்கு ஆள காணோம்.... என்ன மட்டும் ஒத்தையா...கூட்டிட்டு வந்திருக்கே..." என்று பேச்சி கேட்டாள்.

"....என்ன ஏன் கேக்குற... பேச்சி ...உன்னை மட்டும் தான்.. அய்யா கூட்டிட்டு வர சொன்னாரு.... நான் கூட்டிட்டு வந்துட்டேன்.... இந்த தெரியிது பாரு..... இந்த தோட்டம் இதுல இருந்து..... அந்தா தெரியிது பாரு...." என்று தூரமாக இருந்த ஒரு ஏக்கரின் இறுதிவரை தெரிந்த மிளகாய் தோட்டத்தை பார்த்து கை காண்பித்தவள்.
"..... அதுவரைக்கும் இருக்கிற எல்லாத்தையும் பறிக்கணும்...." என்று காண்பிக்க....

பேச்சிக்கு தலையே சுற்றிவிட்டது.ஏற்கனவே உடல் ஒத்துழைக்கவில்லை.இவளென்னடாவென்றால் மொத்த தோட்டத்தையும் ஒருத்தி தலையில கட்டுறா என பயந்தே போனாள்.
மறுபடியும் தொடர்ந்தாள்..வசந்தி..
"...இன்னும் கொஞ்ச நேரத்துல....அய்யா வாரதா..சொல்லி....இருக்காரு நீ என்ன வேலை பாக்குறன்னு... வந்து பார்க்கத் தான் செய்வார் ...." என்று அதட்டும் எச்சரிக்கையும் கலந்து சொல்லிவிட்டு அந்த இடத்திலிருந்து நகர்ந்தாள் வசந்தி.

இப்போது பேச்சிக்கு தெளிவாக புரிந்தது .தான் இன்று வசமாக மாட்டிக் கொண்டிருக்கிறோம் என்பதும், வேலைக்கு யாருமே இல்லாமல் தான் ஒத்தையால் மட்டும் ஒரு ஏக்கர் நிலத்திற்கு இருக்கும் மிளகாய் பல தோட்டத்தில் மிளகாய் பழம் பறிப்பது என்பது அத்தனை எளிதானது அல்ல இருந்தாலும் தன்னால் முடியும் மட்டும் வேகவேகமாக செய்ய முடிந்த வேலைகளை செய்யலாம் என்று தனது மனதுக்குள் நினைத்துக் கொண்டாள்.

"....சரிதான்.... நான் என்னால முடிஞ்ச மட்டும்.... என் வேலய செஞ்சு வைக்கிறேன் ..." என்று சொன்னவாறு பேச்சி தனது வேலையை ஆரம்பிக்க ஆரம்பித்தாள்.

அப்போது பம்பு செட்டுக்குள் இருந்து சிரிப்பு சத்தமும் கொக்கரிக்கும் ஆண்களின் சத்தமும் கேட்க ஆரம்பித்தது. அதைக் கவனித்த பேச்சி, தூரமாக சென்ற வசந்தியை அழைத்தாள்.

"....ஏ புள்ள... பம்பு செட்டுக்குள்ள யார் இருக்குறா..."

"....கத்தாத பேச்சி.....அதுவா நம்ம சேதுபதி அய்யாவோட மகனும்... அவரோட ஜோடிக... ரெண்டு பேரும் இருக்கிறாங்க...நீ பாட்டுக்கு உன் வேலையப் பாரு புரியிதா..." என்று பதில் சொன்ன வசந்தி.
" ஆமா நீ எங்கடி... போறே..." என்று மெல்ல நழுவிய வசந்தியை பேச்சி கேட்க,

"....நான் அவங்களுக்கு வீட்டில இருந்து சாப்பாடு எடுத்துட்டு வரப் போறேன்...பேச்சி..." என்று பதில் சொன்னவள் மெல்ல வாய்க்கால் வரப்பில் நடக்க ஆரம்பிக்க,

வசந்தி சொன்ன பதிலிலிருந்து பேச்சிக்கு ஓரளவுக்குப் புரிந்தது. பம்புசெட்டுக்குள் இருந்து வந்த கேலிப்பேச்சும் கிண்டலும் பேச்சிக்கு அதை உறுதி செய்தது.

ஆமாம். பம்பு செட்டுக்குள் சேதுபதியின் மகன் குணசேகரனும், அவனது இரண்டு நண்பர்களும் மது குடித்துக் கொண்டு தங்களுக்குள் பேசிக் கொண்டிருந்தார்கள்.குணசேகரன் சேதுபதியின் ஒரே செல்லப்பிள்ளை இன்னும் திருமணம் செய்து கொள்ளாமல் சம்சாரியாக வாழ்பவன்.ஊரில் பல பெண்களின் சாபத்திற்கு சொந்தக்காரன்.
குணசேகரனைப் பற்றி சொல்லும் போது தான் எனக்கும் நினைவு வருகிறது. இவன் கூட சிவசங்கரியின் சாவுக்கு காரணமாக இருக்கலாம் என இப்போது எனக்குத் தோன்றுகிறது. நானும் இதைப் பற்றி சந்திரனிடம் விசாரிக்கணும்...விசாரிச்சு சொல்றேன்.

பேச்சி தனது வேலையை ஆரம்பித்து இருந்தாள்.
வசந்தி தான் வந்த வழியில் திரும்பி நடக்க ஆரம்பித்து இருந்தாள்.
அப்போது பம்பு செட்டுக்குள் இருந்து வேக வேகமாக வெளியே வந்த குணசேகரன். தூரமாக நடந்து போய்க்கொண்டிருந்த வசந்தியைப் பார்த்து கூப்பிட்டான்..

"....ஏ புள்ள வசந்தி...இங்க... வந்துட்டு போ..." என்று கத்தினான்.

குணசேகரன் கத்துவதை காதில் கேட்ட வசந்தி மெல்ல புன்சிரிப்போடு,தனது சடையை தூக்கி முன்புறத்திலிருந்து பின்னே போட்டவாறு, திரும்பி பம்புசெட்டை நோக்கி வேக வேகமாக நடந்து வர ஆரம்பித்தாள்.

அவளது நடை இப்போது நலினத்தோடு கூடியதாக, தன்னை மிக அழகாக காட்டிக் கொள்ளும் வகையிலும் இருந்தது.அவளது இளவயதை கடக்காத அழகும் இளமையும்,இப்போது அவள் நடையின் அர்த்தத்தை குணசேகரனுக்கு உணர்த்த ஆரம்பித்திருந்தது.

வேகவேகமாக நடந்து பம்புசெட் வாசலை அடைந்திருந்த வசந்தியை கையைப் பிடித்து பம்பு செட்டுக்குள் அழைத்துச் சென்றான் குணசேகரன்.

நடப்பவற்றை கண்டும் காணாதது போல.. தனது வேலையில் மூழ்கியிருந்தாள் பேச்சி. அவளுக்கு குணசேகரனைப் பற்றியும் இந்த வசந்தியைப் பற்றியும் ஏற்கனவே தெரியும். இருந்தாலும் தனக்கு எதற்கு பெரிய இடத்து வம்பு என்று பேச்சியும் எப்போதும் தனது வேலைகளை மட்டும் பார்த்துக் கொண்டிருப்பதுதான் அவளது வயதிற்கும் அவளுக்கும் நல்லதாக தெரிந்தது.

இருந்தாலும் சில முறை சேதுபதியின் மனைவி வள்ளியிடம் இதைப்பற்றி சொல்லியும் எந்தவித பதிலும் இவளுக்கு ஆதரவாக சொல்லாது இருந்தது.பேச்சிக்கு மிகுந்த வருத்தத்தை தந்தது. அதனால் பேச்சியும் குணசேகரன் நடவடிக்கைகளை கண்டு கொள்வதாக இல்லை ஒதுங்கியே இருந்தாள்.

நானும் இவற்றையெல்லாம் வேடிக்கை பார்த்தவாறு வானத்தின் உச்சியை அடைந்திருந்தேன். இப்போது எனது அக்னி நாக்கில் பேச்சி நன்றாக மாட்டிக் கொண்டிருந்தாள்.

அவள் பறித்திருந்த மிளகாய் பழத்தின் வாடையும், எனது அக்கினி வெயிலும் அவளது உடலை பதம் பார்க்க ஆரம்பித்து இருக்க, அவளது உடலெங்கும் வியர்வை துளிகள் வழிந்து சேலையை நனைத்துக் கொண்டிருந்தது.
முதல் கோணியில் மிளகாய் பழத்தை பறித்துநிறைத்து கயிற்றைக் கொண்டு கட்டி முடிச்சுப்போடும் தருவாயில் இருந்தாள் பேச்சி.இப்போதுதான் பம்பு செட்டுக்குள் இருந்து வெளியே வந்தாள் வசந்தி.

அவளது உடலும் வேர்த்து இருந்தது. அவளது சேலையும் வியர்வையால் நனைந்து இருந்தது.
ஏதோ சில காகிதங்களை கையில் மடித்து, தனது முந்தானையில் வைத்து முடிச்சு போல கட்டிக்கொண்டு,தனது இடுப்பில் சொருகிக்கொண்டாள்.
கலைந்திருந்த கூந்தலை அள்ளி முடிந்தவள், பேச்சியைக் கண்டும் காணாதது போல வரப்பின் ஓரமாக நடந்து பாதையை நோக்கி போய்க் கொண்டிருந்தாள்.

அவளது பாதையும் பயணமும் பேச்சிக்கு நன்கு தெரியும். வெளியூரிலிருந்து இங்கே ஒரு வருடத்திற்கு முன்னே கணவனோடு வந்தாள் இந்த வசந்தி.
இங்கே வந்த சில நாட்களிலேயே அவளது கணவன் கள்ளுக்கடை இருக்கும் பனந்தோப்போரம் செத்துக் கிடந்தான்.அன்றுமுதல் இவளை கேள்வி கேட்க ஆளும்

இல்லை.

இந்த குணசேகரனும் பலநாள் போக்குவரத்தாக இருந்தான்.
சில காலங்கள் கழித்து வசந்தி சில நேரம் காசு பணத்திற்காக சில உள்ளூர் பணக்காரர்களிடம் விலை போகவும் ஆரம்பித்திருந்தாள்.

இவை அத்தனையும் அரசல்புரசலாக பேச்சிக்கும் தெரியும்.ஆனாலும் இதையெல்லாம் கண்டு கொள்வது அவளது வேலை இல்லை என்பது மட்டும் பேச்சிக்கு இப்போது புரிந்தது.
இப்போது அவள் அவளது வேலையில் கவனமாக இருந்தாள். இரண்டு மூட்டை மிளகாய் பழங்களை பறித்து முடித்திருந்தாள்.

" சேதுபதி ஐயா கூட்டி வரச் சொன்னாரு..." என்ற ஒற்றை வார்த்தை தான் பேச்சியை இன்று பாடாய் படுத்திக் கொண்டிருந்தது.
அந்த வார்த்தையை பயன்படுத்தி தான் வசந்தி பேச்சியை வசமாக சிக்கவைத்திருந்தாள்.தனது வேலையையும் சேர்த்து பேச்சியின் தலையில் கட்டியிருந்தாள்.
மேலும் இந்த பேச்சி தான் வாயில்லா பூச்சி அய்யாவை நிமிர்ந்து பார்த்து கூடப் பேச மாட்டாள்.தான் இப்படி இருப்பதற்கு தடையாகவும் இருக்க மாட்டாள் என திட்டமிட்டே இங்கு அழைத்து வந்திருப்பது இப்போது தான் பேச்சிக்கு புரிய ஆரம்பித்தது.

ஆனாலும் அவள் அவளது வெலையை சரியாக செய்து விட வேண்டும் என நினைத்தாள். அவள் இன்று வழக்கம் போல அத்தனை வேகமாக வேலை செய்வதும் கடினமாகவே இருந்தது.அவளது உடல் ஒத்துழைக்கவில்லை.
இடுப்பும்,முழங்காலும்,கையும் வலிக்க ஆரம்பிக்க வேதனை அவளை வாட்டத் தொடங்கியது.
ஆனாலும் தனது துன்பத்தை பொருட்படுத்தாமல் ஓய்வு எடுக்க வேண்டும் என்ற எண்ணம் வராமல் வேகவேகமாக வேலை செய்து கொண்டிருந்தாள்.அவளது வாயில் போட்டு இருந்த வெற்றிலை பாக்கை மட்டும் மென்று கொண்டு மதிய உணவு இடைவேளை கூட எடுக்காமல் தனது வேலையில் மூழ்கிப் போயிருந்தாள் பேச்சி.

நானும் மெல்ல உச்சியிலிருந்து கீழ் திசை நோக்கி இறங்க ஆரம்பித்திருந்தேன்.

அப்போது பேச்சி மூன்றாவது கோணிக்கு மேல் மிளகாய் பழங்களை பறித்து முடித்திருந்தாள்.
இப்போது தூரமாக ஒரு கூடையில் சில பாத்திரங்களில் உணவு பொருட்களை எடுத்துக் கொண்டு வசந்தி நடந்து வருவது தெரிந்தது.

அதேநேரம் பம்பு செட்டுக்குள் போதையில் மயங்கிப் போய் கிடந்தார்கள் அந்த மூவரும். வசந்தி பம்புசெட்டு நோக்கி நடந்து வர வர ...பேச்சியின் கண்களுக்கு அவளுக்கு பின்னால் வரும் ரஜினியும் தெரிந்தான்.

ரஜினி வருவதை கவனித்த பேச்சியோ வேகமாக வேலையை நிறுத்தி விட்டு அவளைப் பார்த்து சத்தம் போட்டாள்.
பேச்சிக்கு தெரியவாய்ப்பில்லை.அவள் தான் வேண்டுமென்றே ரஜினியை கூட்டிக்கொண்டு வந்திருக்கிறாள் என்பது...

".... ஏம்..புள்ள...அவன எதுக்கு இங்க கூட்டிட்டு வரவா.... அந்த பக்கமே வெரட்டி... விட்டுட்டு வர வேண்டி தானே ...." என்று பேச்சி கத்திக் கேட்டாள்.

"....எங்க நான் கூட்டிட்டு வாரனா..என்ன.. எங்க விரட்டி விரட்டி...கல்லெடுத்து அடிச்சாலும்... அப்படியே சுத்தி சுத்தி பின்னாடியே வந்துட்டு இருக்கே..... நீ வேணா வந்து வெரட்டி விடுவேன்..." என்று நக்கலாக சொல்லிய வசந்தியின் பேச்சிலிருந்த பொய்மூட்டையை.... தலையில் இருந்த கூடையோடு சேர்த்து பம்புசெட் வாசலில் இறக்கி வைத்தாள்.

அப்போது ஓடி வந்த ரஜினி மிளகாய் சாலைக்குள் புகுந்து பேச்சியின் காலடியில் வந்து நின்றான்.

பேச்சியை நாவால் நக்கிக் கொண்டு, தனது வாலை ஆட்டிக் கொண்டு,அவளை சுற்றிச் சுற்றி வந்து கொண்டிருந்தான்.அவளோடு குழைந்தான்.
பேச்சிக்கு அவன் சொல்ல வருவது என்னவென்று உணர்வால் புரிய முடிந்தது.

ரஜினியும் " ஏன் என்கிட்ட சொல்லாம வந்த.... தனியா விட்டுட்டு வந்த... ஏன் ஓய்வு எடுக்காமல் வேலைக்கு வந்த ....என்பது போல... அவனது மனதில் நினைத்துக் கொண்டிருந்தான்....." என்பது எனக்கும் பேச்சிக்கும் புரிந்தது.

தனது முன்னங்காலைத் தூக்கி பேச்சியின் கைகளின் காயத்தை பார்க்க முயன்றான் ரஜினி.
இப்போது பேச்சிக்கு ஒரு மகனாகவே மாறியிருந்தான் ரஜினி.அவனது உணர்வும் அக்கறையும் எனக்கும் புரிந்தது. அது பேச்சிக்கும் நன்றாகவே புரிந்தது.

தனது மனதோடு ரஜினியின் தலையை அணைத்துக் கொண்டாள்.அவளுக்கு தெரியவாய்ப்பில்லை.அது தான் அவளது கடைசி அரவணைப்பு என்பது...

ரஜினியின் தலையில் கையால் தடவிக் கொடுத்தவாறே வரப்பின் அருகே அமர்ந்தாள் பேச்சி.

மெல்ல ரஜினியிடம் பேச்சுக் கொடுக்க ஆரம்பித்தாள்.

".... இப்போ நீ எதுக்கு இங்கே வந்த ....வேலை செய்ற எடுத்துக்கலாம் வரக்கூடாது.... நீ வீட்டுக்கு போ.... நான் சீக்கிரம்....வேலைய முடிச்சுட்டு உனக்கூட... வந்து விடுவேன்.... உன் தட்டுல சோறு வச்சிருக்கேன்.... சாப்பிடு போ ..." என்று ரஜினியிடம் பேசிக் கொண்டிருந்தால் பேச்சி.

அப்போது வசந்தி அந்த மூவரையும் எழுப்பிவிட நெட்டிமுறித்தவாறே பம்பு செட்டுக்குள் இருந்து வெளியே வந்து பார்த்தான் குணசேகரன்.அவன் கூடவே அவனது இரண்டு நண்பர்களும் வந்து நின்றார்கள்.

அப்போது அவர்களில் ஒருவன் ரஜினியை காண்பித்து கைகாட்டி குணசேகரனிடம் சொன்னான்.

"...டேய் அந்த நாய் தானடா..." என்று சொல்ல ...அதன் அர்த்தம் புரிந்த குணசேகரன்.. ".... ஆமாம் இந்த நாய் தான் டா..." என்று தீர்க்கமாக சொன்னான். தனது நண்பனிடம்..

அவர்கள் ரஜினியை பார்த்து கை காட்டி பேசிக்கொண்டது பேச்சியின் காதுகளில் விழுந்தது.அவளும் அதைக் கவனித்தாள்.மெல்ல சந்தேகத்தோடு, மெல்ல எழுந்து நின்றாள்.
"....ஏனுங்கையா இதைப் பார்த்து.. ஏதோ...சொல்லிக்கிட்டு இருக்கீங்க..என்னங்க..அது.." என்று கேட்டாள்..

"....அதெல்லாம் உனக்கு தேவையில்லாதது.... நீ உன்னோட வேலையை பாரு.... நீ என்ன மறைவாய் ..வேலை பாக்காம... வரப்புல உட்கார்ந்து.. நாய் கிட்ட பேசிக்கிட்டு இருக்கியா....போ..போயி.... உன் வேலையை பாரு ..." என்று கத்தினான் குணசேகரன். அவன் கத்திய அர்த்தம் புரிந்த பேச்சியும் ரஜினியை
".... வீட்டுக்குப் போ. நான் சொல்றதைக் கேளு....இல்லையினா..அடிப்பேன்..." என்றவாறு சொல்ல,
ரஜினி மெல்ல பேச்சியை விட்டு, அந்த இடத்தில் இருந்து,மனசே இல்லாமல், பாதையை நோக்கி ஓட ஆரம்பித்தான்.

பேச்சியும் மீண்டும் தனது தலையில் முண்டாசு கட்டிக்கொண்டு மிளகாய் பழம் பறிக்க ஆயத்தமானாள்.

அப்போது அவனது நண்பர்களில் ஒருவன்..
"…. அந்த நாயை ஏதாவது செய்யனும்டா….எனக்கு ரொம்ப கோவமா இருக்கு… நான் பார்க்க.. பார்க்க…ரொம்ப கடுப்பாகுது..டா.." என்று அவனிடம் சொன்னான்.

அதைக் கேட்ட குணசேகரன்
"….கொஞ்சம் பொருடா… சாப்பிட்டுட்டு… எல்லாத்தை முடிச்சிடலாம்…" என்றவாறு தங்களது கைகால்களை கழுவுவதற்காக பம்புசெட்டில் குழாயின் அருகில் சென்றவர்கள்.. சிறிது நேரத்தில் அவர்கள் வீட்டிலிருந்து வசந்தி வாங்கிக் கொண்டு வந்திருந்த உணவுகளை சாப்பிட்டு முடித்து இருந்தார்கள்.

பேச்சியின் பேச்சைக் கேட்பது போல … வேக வேகமாக ஓடி இருந்த ரஜினியோ,பேச்சியை விட்டு போக மனதில்லாமல் தூரமாக பாதையில் ஓரமாக இருந்த புளிய மரத்தின் அடியில் படுத்துக் கொண்டு பேச்சியை எட்டி எட்டிப் பார்த்துக் கொண்டிருந்தான்.

ரஜினிக்கு பேச்சியை விட்டு விட்டு வீட்டுக்குச் செல்வதில் மனது ஒப்பவில்லை.அதற்கான காரணமும் அவனுக்கு புரிந்தது.எனக்கும் புரிந்தது.அவனது அம்மா வேகாத வெயிலில் உடம்புக்கு முடியாத போதும் கடினமாக வேலை செய்வதை பார்த்து கொண்டு அவனுக்கு கவலைப் படுவதைத்தவிர இப்போதைக்கு வேறு வழி தெரியவில்லை.

தானும் மெல்ல மெல்ல ரஜினியை திரும்பிப் பார்த்துக்கொண்டே தனது வேலையில் மூழ்கியிருந்தாள் பேச்சி.

சிறிது நேரத்தில் தங்களது சாப்பாட்டு வேலையை முடித்து இருந்த மூவரும் வசந்தி முன்னே செல்ல அவளுக்குப் பின்னே பாதையை நோக்கி நடக்க ஆரம்பித்து இருந்தார்கள்.அப்போது குணசேகரன் பேச்சியை பார்த்து..

"….இன்னும் கொஞ்ச நேரத்துல அப்பா வந்துருவாங்க…. அதுக்குல்ல எல்லாத்தையும் முடிச்சு வைச்சிரணும்…. இன்னைக்கு குறைந்தது 5 மூட்டை யாவது வண்டியில ஏத்தி அனுப்பனும்… அப்பத்தான் உன்னோட கூலிக்குகட்டும் …." என்று பேச்சியை மிரட்டிவிட்டு நடந்து சென்றான் குணசேகரன்.
இன்னும் கொஞ்ச நேரத்தில் அய்யா வரப்போறாரா அதான் நீங்கள் கௌம்பீட்டிங்களா என மனதிற்குள் நினைத்தவள்.

"...சரிங்க சாமி..." என்று தலையாட்டியபடி....பேச்சி மீண்டும் தனது வேலையில் முழுவதுமாக மூழ்கிப் போயிருந்தாள்.
இங்கு இப்போது நடக்கப் போகும் விசயத்தை வேடிக்கை பார்த்துக்கொண்டு எப்படி நான் அமைதியாக இருந்தேன் ...என்பது அந்த எமனுக்குத்தான் தெரியும்.. காரணம் விதியை எழுதியதோ ..அந்த பிரம்மன் ...அதை நடத்திக் கொண்டிருப்பது இந்த எமன்.. நான் வெறுமனே வேடிக்கை மட்டுமே பார்த்துக் கொண்டிருக்கிறேன்.

என்னால் அது மட்டுமே இப்போது செய்ய முடிந்திருந்தது.சில கணம் நான் எனது அக்கினி கண்களை மேகங்களை வைத்து மூடிக் கொண்டேன்.அப்போது அங்கே நடந்தது எனக்கு மனதுக்கே கடினமான ஒன்றாக இருந்தது.
நான் மேகங்களை வைத்து முகத்தை மூடிக்கொள்ள,வாயு தன்னை மூடிக்கொள்ள வழியின்றி கண்ணீர் வடிக்க ஆயத்தமானான்.

பேச்சி தனது வேலையில் முழுவதுமாக மூழ்கிப் போயிருந்தாள்.

அப்போது பாதையில் சற்று முன்னால் நடந்து சென்ற வசந்தி ரஜினியைக் கடந்து நடந்து போய்க் கொண்டிருந்தாள்.அந்த மூவரும் சற்று இடைவெளி விட்டு பின்னை நடந்து போய்க்கொண்டு இருந்தனர்.

குணசேகரன் தனது முதுகுப்புறம் கையை மறைத்தவாறு,அதில் சுருக்கு போடப்பட்ட கயிற்றை வைத்திருந்தான்.மற்ற இருவரும் தங்களது முதுகில் ஒரு வலுவான இரும்புத்தடியை மறைத்துக் கொண்டு பின் சென்றார்கள்.

அவள் பொரித்த மீன் ஒன்றை தனது கையில் வைத்து ஆட்டிக்கொண்டே முன்னே நடந்து செல்ல, தூரமாக இருந்து மோப்பம் பிடித்த ரஜினிக்கு, அவள் ஆட்டிக் காண்பிப்பது... அந்த மீனை தனக்கு கொடுப்பதற்காகத் தான் ..." என்று தோன்ற,மெல்ல எழுந்து வசந்தியின் பின்பு நடக்க ஆரம்பித்தான் ரஜினி.

பின்புறத்தில் தூரமாக வந்த மூவரையும் கவனித்தவாறு,தனது பக்கத்து தெருவில் தன்னோடு வாழும் வசந்தியின் மீதுள்ள நம்பிக்கையோடு நடந்தான் ரஜினி.
அவனது கவனத்தில் மீன்கள் ஆசையில் துள்ளிக் குதித்தன.
அவர்கள் பேச்சி இருந்த இடத்தை விட்டு இப்போது வெகுதூரம் வந்திருந்தனர்.இப்போது குளக்கரையின் வடக்கு பகுதியில்,முனியப்பசாமி கோவிலுக்கும் ஊரணிக்கும் இடையில் இருந்தனர்.

வேகமாக நடந்து சென்ற வசந்தி சற்று ஓரமாக இருந்த, கருவ மர நிழலில் ஓரமாக ஒதுங்கிநின்று, அந்த மீனை தரையில் வைத்தாள்.

இப்போது அந்த மூவரும் அருகே நெருங்கி இருந்தனர்.
வேகவேகமாக ஆசையோடு அந்த மீனின் மீது வாய் வைத்து கவ்வத் தொடங்கினான் ரஜினி.

அந்த மீன் நாக்கைத் தாண்டவில்லை.
இதற்காகவே காத்திருந்த குணசேகரன் தன் கையில் வைத்திருந்த கயிற்றை ரஜினியின் கழுத்தில் சட்டென்று போட்டு, ரஜினி சுதாரிப்பதற்குள் முடிச்சுட்டு தூக்க ஆரம்பித்தான்.அது ரஜினியின் கழுத்தை நெறிக்க ஆரம்பிக்க,ரஜினி உதறித் தள்ளி ஓடப் பார்த்தான்.
அதற்குள்....

இதற்காகவே காத்திருந்த அவனது மற்றொரு நண்பன் தனது கையில் இருந்த இரும்புத் தடியால் ரஜினியின் தலையில் ஓங்கி அடித்தான்.
ரஜினியின் தலை இப்போது மெல்ல உடைந்தது .அவனது அடுத்த நண்பன் இரண்டாவது அடி அடிக்க..அது ரஜினியின் வாயில் விழுந்தது. பற்களில் சில உடைந்து கீழே விழ ரஜினியின் வாயில் இருந்து ரத்தம் வழியத் தொடங்கியது.

இப்போது ரஜினியின் மனது கிடந்து அடித்துக்கொண்டது. கத்த முயற்சிதான் தொண்டையில் கயிறு பலமாக இறுக்கியிருக்க, அவனால் சத்தமாக கத்த முடியவில்லை.மெல்ல உறுமினான்.அவனது கடைசிப் போராட்டம் தொடங்கியது.

அந்த போராட்டத்தின் தோல்வி,அவனது கண்களிலிருந்து கண்ணீராக மட்டும் வழிந்து கொண்டிருந்தது.

அதைப் பார்த்த குணசேகரனின் நண்பன் ஒருவன் கொக்கரித்து சிரித்தான்.
".... நீ என் கையில கடித்த போது... எனக்கு இப்படித்தான் வலிச்சது.... நீ என்ன பண்ணுன...என்ன பண்ணுன..." என்று ரஜினியை பார்த்து கொக்கரித்தான்...சொன்னதையே திரும்பி சொல்லி கொண்டே மற்றொரு அடியை இடியாக மண்டையில் இறக்கினான்.

இப்போது ரஜினி முழுவதுமாக துவண்டு போய் தரையில் விழுந்தான். அவனது கை கால்களை அசைக்க முடிந்ததே ஒழிய, அவனால் ஒன்றும் செய்ய முடியவில்லை. அவன் நினைவில் மெல்ல மெல்ல மறைந்து கொண்டிருந்தான்.

அப்போது குணசேகரன்..
"…. இதுக்கு மேல..இதால… ஒன்னும் பண்ண முடியாது வாங்கடா போகலாம் ….'' என்று ரஜினியை அந்த கயிற்றோடு இழுத்து நடுச்சாலையில் வீசினான்.
"….இப்படியே வெயில்ல கிடந்து ..சாகட்டும்….'' என தனது கோபத்தை,வெறுப்பை ரஜினியின் மீது கொட்டிவிட்டு நகர்ந்தான்.
இது அத்தனையையும் அருகில் நின்று வேடிக்கை பார்த்துக் கொண்டிருந்தாள் வசந்தி. அவர களோடு உன்னோடு சேர்ந்து ஒப்புக்குச் சப்பாக அவளும் சிரித்துக் கொண்டுதான் இருந்தாள்.

ஏனெனில் அவளுக்கும் ரஜினிக்கும் எந்தப் பகையும் இல்லையே…என்ன செய்ய…கடவுளே…ஏனிந்த கொடுமை.

"….ஏன்யா இத… இப்படியே நடுரோட்டில் போட்டு விட்டு போறதுக்கு…. நீங்க அப்படியே இழுத்துக்கொண்டு போயி… நம்ம தோட்டத்தில் தென்னை மரத்தடியில் புதைச்சிட்டா…. அதுக்கு உரமாகிட்டு போகுது….'' என்று சொன்னால் வசந்தி.
வசந்தியின் பேச்சும் ரஜினிக்கு இப்போது புதிராகவே இருந்தது.
தனது வாழ்க்கையில் இதுவரைக்கும் நான் இந்த வசந்திக்கு எந்த கெடுதலும் செய்ததே இல்லையே… பின்னே ஏன் இவள் நான் இறப்பதில்… இத்தனை ஆர்வம் காட்டுகிறாள்…. என்னை உரமாக வைக்க வேண்டும் என்று சொல்கிறாள்…'' என்று தனது மனதுக்குள் நொந்து கொண்டான் ரஜினி.அவனது இறுதி நேரம் அவன் கண்களில் தெரிந்தது. அதிகாலை அவனது வேண்டுதலும் அதுவாகத்தான் இருந்தது. அதிகாலை பேச்சியின் உயிரை காப்பாற்றுவதற்காக…
"…..தனது உயிரை எடுத்துக்கொள் என்று எமனிடம் கேட்டு இருந்ததும் அவன் தானே…. '' என்று நான் நினைக்கும் போதே… எனக்கும் ரஜினியை நினைத்து ஒரு கணம் அழுகையாகவும் பெருமையாகவும் இருந்தது.

தனது உயிரைக் கொடுத்து தன்னைப் பெற்ற தாயை காப்பாற்ற விரும்பாத இந்த உலகத்தில்… தனக்கு சோறு போட்டவளை தாயாக நினைத்து அவளுக்காக தனது உயிரை இப்போது விட்டிட துணிந்தான் இந்த ரஜினி.
"…. அதெல்லாம் ஒன்னும் வேணாம்… இது இப்படியோ வெயிலில்… கிடந்து சாகட்டும் …'' என்று நடுரோட்டில் போட்டு விட்டு குணசேகரனும் அவனது நண்பர்களும் வசந்தியும் தங்களது வீடுகளை நோக்கி நடக்க ஆரம்பித்து இருந்தார்கள்.

சிறிது நேரம் மேகம் மறைத்த வெயிலில் கிடந்த ரஜினிக்கு சற்று சுயநினைவு வந்தது. சுற்றுமுற்றும் பார்த்தான் ரஜினி.

அவனது மண்டையில் பலத்த அடி விழுந்திருந்தது.அவனது ஒரு இடது பக்க கண்ணும் பிய்ந்து கீழே தொங்கிக் கொண்டிருக்க, ஒரு பக்க கண் பார்வை மட்டும் மங்கலாக தெரிய ஆரம்பித்தது.இப்போது அவனது நாக்கு தண்ணீர் கேட்டு கெஞ்ச ஆரம்பித்து இருந்தது.

அவனது முன்னங்கால்களில் ஒன்றும் பின்னங்கால்களில் ஒன்றும் அவர்கள் அடித்த அடியில் நன்றாக உடைந்து போயிருந்தது. அவனால் சரிவர எழுந்து நடக்க இயலவில்லை. ஆனாலும் அவனது உணர்வு எப்படியாவது இறுதியாக ஒருமுறை பேச்சியை தனது கண்ணால் கண்டு விட வேண்டும் என்று மனதுக்குள் கிடந்து அடித்துக்கொண்டது.
மெல்ல தனது முன்னங்கால்களை தரையில் தேய்த்து, தலையால் தரையில் உரசி... உடலை இழுத்து இழுத்து... மெல்ல தரையோடு தரையாக ரத்தம் வழிய... அந்த மண் சாலையில் ...இரத்த வாடையை மோப்பம் பிடித்துக்கொண்டு எறும்புகளும் ஈக்களும் அவனை நோக்கி வரத் தொடங்க, மெது மெதுவாக ஊர்ந்து செல்ல ஆரம்பித்தான் ரஜினி.

என்னைப்போல பொறுமை அந்த வாயுவுக்கு இல்லை போலிருக்கிறது.... அவன் கண்ணீர் விட்டு அழுது கதற ஆரம்பித்திருந்தான். எனது கண்ணை மூடி மேகங்களை ஒன்றுதிரட்டி... ரஜினிக்கு எப்படியும் தாகத்தை தீர்க்க வேண்டும் என்று அடை மழையாக பொழிய ஆரம்பித்திருந்தான். வாயு மழையாக அழுது கொண்டிருந்தான் என்பது மட்டும் எனக்குப் புரிந்தது.

மேகம் கறுத்து வரத் தொடங்க,தான் பறித்த பழங்களை கோணிச்சாக்கில் போட்டு அதை பம்புசெட் ஓரத்தில் அடுக்கத் தொடங்கினாள் பேச்சி.மழை வருவகற்குள் அதை முடித்தும் இருந்தாள்.

திடீரென வேகமாக மழை பெய்வதைக் கண்ட பேச்சி மிளகாய்த் தோட்டத்தில் இருந்து பாதையின் ஓரமாக இருந்த புளியமரத்தில் தஞ்சமடைய நினைத்தாள்.
தனது கையில் வைத்திருந்த பொட்டியில் இருந்த மிளகாய் பழங்களையும் கோணிச்சாக்கில் கொட்டிவிட்டு பொட்டியை தனது தலை மீது போர்த்திக் கொண்டு வேகவேகமாக புளியமரத்தடியை அடைந்திருந்தாள்.

வாயு ...தனது சோகம் தீருமட்டும் வேகமாக காற்றாகவும் அடித்து அழ ஆரம்பித்திருந்தான்.

சாலையின் ஓரம் குற்றுயிரும் குலை உயிருமாக உயிருக்கு போராடிக் கொண்டிருந்த ரஜினி மெல்லமெல்ல சாலையில் ஊர்ந்து ஊர்ந்து பேச்சியின் தோட்டத்தை நோக்கி வர

ஆரம்பித்திருந்தான்.

நான் கெஞ்சிக் கேட்டும் இன்னும் சிறிது நேரம் அந்த பேச்சியின் முகத்தை கடைசியாக ஒருமுறை பார்க்கும் வரையிலாவது வைத்திருங்கள்..என கெஞ்சியும்..கேட்பதாக இல்லை.

இந்த எமன் எந்தவித பாரபட்சமுமின்றி,ரஜினியின் உயிரை இப்போதே பிடித்துக் கொண்டு போனான்.

நான் மெல்ல எனது கண்களைத் திறந்து பார்க்க ஆரம்பித்தேன். வாயுவும் ரஜினி இறந்து போனதும் தனது அழுகையை நிறுத்திவிட்டு மேகங்களை, என்னை மறைத்திருந்த மேகங்களை விலக்கி எனக்கு ரஜினியை காண்பித்தான்.
ரஜினி ரோட்டோரம் ஊர்ந்து சென்றதில் பெய்த மழை வெள்ளத்தில்,அவனது ரத்தம் மெல்ல கரைந்து ரோடுகளில் ஆங்காங்கே திட்டுத்திட்டாக உயிரோவியம் வரைந்து இருந்தது.அவன் இறந்து இருந்த இடத்தில் அவன் மீது விழுந்த மழைத்துளிகள் மெல்ல அவனது ரத்தத்தைத் துடைத்து சாலையில் சிற்றோடை போல் ஓடி இருக்க... அந்த ஓடையில் சில எறும்புகள் நீந்தி குளித்துக் கொண்டிருந்தன.
எனக்கும் பகல் வேலை முடிந்து இரவு வேலை தொடங்க ஆரம்பிக்க நேரமாகியது. நான் மாலையில் சங்கமிக்க ஆரம்பித்தேன்.

இவ்வளவு நேரமும் கடினமாக வேலை செய்திருந்த பேச்சி... மிளகாய் பழங்களை மூட்டையாக கட்டி பம்பு செட்டுக்குள் அடுக்கி விட்டு மூட்டைகளின் கணக்கிட்டு பார்த்தவளுக்கு.... குணசேகரன் சொன்னதைவிட ஒரு மூட்டை கம்மியாக இருந்ததால் உடலுக்குள் பதட்டம் மட்டும் ஒட்டிகொண்டது.
".... எங்கே ஐயா சொன்னது போல தான் ஐந்து மூட்டைகளை பறிக்க முடியவில்லையே..." என்று குழம்பி போனாள்.வருத்தப் பட்டாள்.

ஆனாலும் மழை பெய்ததால் தனது வேலை தடைபட்டு போனதைச் சொல்லி சமாளித்து விடலாம் என நினைத்தவள் மெல்ல தனது வீட்டை நோக்கி நடக்க ஆரம்பித்தாள் .

அந்த மண் பாதையில் நடந்து வந்து கொண்டிருந்தாள்.

அவள் தூரமாக நடந்து வரும்பொழுது ரோட்டில் ஏதோ அசைவற்று படுத்திருப்பது... அவளது மனதுக்குள் பாதிப்பையும் குறுகுறுப்பயும்... காட்டியது... தூரமாக இருந்து பார்த்த போதே அவளுக்கு அங்கே கிடப்பது செத்துப்போன ஒரு நாய் என்பது மட்டும் தெரிய... தனது மனதிற்குள் கடவுள்களை கூப்பிட ஆரம்பித்தாள்.
".... அடக்கடவுளே யாருன்னு தெரியலையே.... நடுரோட்டில் செத்துப் போயி

கிடக்குதே..." என்றவாறு வேகவேகமாக ரஜினி செத்துப் போய்க் கிடந்த இடத்தை நோக்கி நடக்க ஆரம்பித்தாள்.

அருகில் வர வர ரஜினியின் வண்ணத்தையும் அவனது உடல் மொழியையும் அவனது உடல் அழகையும் பார்த்து பேச்சி அடையாளம் கண்டு கொண்டவள்..ஒரு கணம் இடிந்து போய் நின்றிருந்தாள்.

தனது மனது உடைந்து போயிருக்க, வேக வேகமாக தனது தலையிலிருந்த தூக்குச்சட்டியை கீழே தள்ளிவிட்டால்... சட்டிக்குள் இருந்த அவள் சாப்பிடாமல் வைத்திருந்த நெல்லுச்சோறும் சாம்பாரும் தரையில் வீழ்ந்து கொட்ட ஆரம்பித்து இருந்தது.

தனது கையில் வைத்திருந்த பொட்டியை தரையில் பொத்தென்று போட்டவள் ...வேக வேகமாக ஓடிவந்து ரஜினியை தூக்கி தனது மடியில் வைத்துக்கொண்டு கத்தி கதறி அழ ஆரம்பித்தாள்.

பேச்சிக்கு மனசு முழுக்க அத்தனை வலி...

...தனது ரத்தம் ...ஊண்...உயிர் எல்லாமே நீதானடா..என் செல்லமே....என கதறத் தொடங்கினாள் பேச்சி.

என்றைக்கு கதிர்வேல் ரஜினியை வீட்டுக்குக் கொண்டு வந்தானோ..அந்த நாளிலிருந்து அவளைச் சுற்றிச் சூழ்ந்து வாழ்ந்து கொண்டிருந்தான்.. இந்த ரஜினி.

தனது மூன்று மகன்களும் தன்னிடம் இல்லாத போது அவளுக்கு உற்ற துணையாக பாதுகாப்பாக...ஒரு மகனாகவே வாழ்ந்தான் இந்த ரஜினி.

தனக்குப் பிடித்த எத்தனையோ பெயர்களை ரஜினிக்கு வைக்கலாம் என்று அவள் யோசித்து இருந்த போதும் தனது மகன் கதிர்வேலு.... அவனுக்குப் பிடித்த நடிகரின் பெயரை வைத்த போது... அந்த பெயரே ரஜினிக்கும் பிடித்து... அவன் தலையை ஆட்டி சிரித்த போது பேச்சி மகிழ்ந்து தான் போயிருந்தால்... அப்போது... தனக்கு நான்காவதாக ஒரு பிள்ளை பிறந்தது போலவே பேச்சி மகிழ்ச்சியில் திளைத்து இருந்தாள். அன்று முதல் அவளும் ரஜினியை தனது நான்காவது பிள்ளை போலத்தானே வளர்த்துக் கொண்டு வந்திருந்தாள்.

இப்போது அவளுக்கு துக்கம் மனசு முழுக்க நிறைந்து இருந்தது.. ரஜினியை தொட்டுப்பார்த்தவள்... ரஜினியின் ரத்தம் கைகளில் ஒட்ட ...பாசம் மாறாத தனது மார்பின் மீது அடித்துக்கொண்டு கதறி கதறி அழ ஆரம்பித்திருந்தாள் பேச்சி.

அவள் எவ்வளவு நேரம்தான் அழுதுகொண்டிருந்தாள் என்பது எனக்கும் தெரியவில்லை நான் எனது பணியை முடித்துக்கொண்டு இருளாக மாறி இருந்தேன்.

பேச்சி தனது மகனை பொட்டிக்குள் வைத்து தலையில் தூக்கிக்கொண்டு தனது வீட்டுக்கு வந்தாள்.

அவள் வீட்டை நெருங்க....அந்த அதிசயம் நடந்தது.
அப்போது வீட்டு வாசலில் அமர்ந்து இருந்தான்.அவளது மகன் கதிர்வேலு.

அவனைப் பார்த்ததுமே பேச்சிக்கு மேலும் மனசு உடைந்து போனது.
அவனைக் கண்ட மாத்திரத்தில் தூரத்திலேயே தனது தலையில் இருந்த பொட்டியை கீழே இறக்கி வைத்து விட்டு,மனசு உடைந்து போய் தலையில் கைவைத்து உட்கார்ந்தாள் பேச்சி.
அப்போது கதிர்வேலு தனது இடது கையில் முயல் ஒன்றை காதுகளைப் பிடத்து தூக்கியவாறே...பேச்சியின் அருகில் வந்தான்.
"....அம்மா...எப்புடிம்மா..இருக்க..ஏன்..இங்கயே...உட்கார்ந்திட்டே....நம்ம ரஜினி.. எங்க...அவன் பிடிச்ச முயலா..இது...கோழி கூட்டுக்குள்ள..அடைச்சி வைச்சிருந்தது...எங்கம்மா..அவன்..நான் அவனையும் உன்னையும்...என்னோட ஊருக்கு கூட்டிட்டு போகலாமுன்னு வந்தேன்...." என படபடவென கதிர்வேலு சொல்ல..
பேச்சிக்கு இப்போது அழுகை மடை உடைத்து கண்களை பிய்த்துக்கொண்டு கண்ணீராக கொட்ட ஆரம்பித்து.
"...எங்கண்ணு...என்ன மன்னிச்சிருடா...பாவி பயலுக..நம்ம ரஜினிய அடிச்சே ..கொன்னுருக்கானுங்கடா...." என கதற ஆரம்பித்தாள் பேச்சி.
அம்மாவின் அழுகையையும் உணர்வையும் சட்டென புரிந்து கொண்ட கதிர்வேலு, பொட்டிக்குள் எட்டிப் பார்த்து.. தனது கையோடு தனது தம்பியைத் தூக்கினான்.
தனது மார்போடு அணைத்துக் கொண்டு கதறினான்.
"....ரஜினி... உனக்கு... என்னடா...ஆச்சு...யாருடா..இந்த பாதகத்த செஞ்சது....அய்யோ.. கடவுளே...உனக்கு கண்ணில்லையா...நீயுமா...இதை வேடிக்கை பார்த்தே...." என கதறினான்.

தூரமாகவே வானத்தில்... எமனின் பிடியில் ரஜினி...
"....அழாதீங்க..அம்மா...அழாதீங்க...அண்ணா.....நான் மறுபடியும் பொறந்து வருவேன்....அழாதீங்க...." என கதறி அழுது கொண்டிருந்தான்.

ரஜினியின் மறைவு வருத்தமாக இருந்தாலும்,தனது மகனின் வருகை அவளுக்கு நன்மையாக முடியும். பேச்சியின் துக்கம் தீரும் என்ற நினைப்போடு நானும்..அன்றைய எனது பணியை முடித்து இரவுக்கு வழிவிட்டேன்.

காலத்தின் போக்கில் தவறு செய்தவர்கள் அதற்கான தண்டனை பெறுவது உறுதி.

மிக விரைவில்..அடுத்த பாகம்...

...இயலிசம்...

நன்றிகள்..பல...

கப்பல்

வழக்கம்போல இந்த ஆண்டும் ஐபிஎல் போட்டி தொடக்கம் கோலாகலமாக ஆரம்பமானது.

ஊரெல்லாம் இதே பேச்சு.முகநூல் பக்கங்கள் முடங்கிப்போயின..தொலைக்காட்சிகள் எல்லாம் இதே பேச்சு ...

அதே நேரத்தில்..

சென்னை ...

இரவு நேரம் ஏழு மணி...

அந்த கஸ்தூரிபாய் தெரு...

இரண்டு புறமும் ஐந்து அடுக்கு மாடிகளைக் கொண்ட குடியிருப்புகள் சூழ்ந்து இருக்க... அவற்றிற்கு நடுவே இருக்கும்..நெரிசலான இருபது வீடுகள்.அவற்றை வீடுகள் என்று சொல்வதைவிட கூடாரங்கள் என்று சொல்வதே சரியாக இருக்கும்.

சரியான பராமரிப்பின்றி கழிவுநீர் தெருவெங்கும் ஓடிக்கொண்டிருக்க .... குடிநீர் வசதி போன்ற எந்த ஒரு அத்தியாவசியமான எதுவுமே இன்றி ...மொத்தமாகவே பத்துக்கு பத்து என்ற அளவில் எதிரெதிரே வரிசையாக இரண்டிரண்டு வீடுகளை கொண்ட ஒரு சேரிப்பகுதி.

அந்த இரண்டு வரிசை வீடுகளுக்கு நடுவில் இருப்பதுதான் ரஞ்சனியின் வீடு.

ரஞ்சனிக்கு வயது 32.. இதுவரை திருமணம் செய்து கொள்ளாதவள். அருகில் இருக்கும் அப்பார்ட்மெண்ட் வீடுகளில் வீட்டு வேலைகள் செய்வது... அவளது வழக்கம். அதில் வரும் வருமானத்தில் அவளது பிழைப்பு ஓடிக்கொண்டிருந்தது.

இன்று அவளுக்குள் ஏதோ ஒரு இனம்புரியாத கவலை வீட்டிற்குள் முடங்கிப் போயிருந்தாள்.

ஆனால் அவளது வீட்டிற்கு வெளியே மேளதாளங்களும்..மக்கள் கூட்டமும் கும்மாளமுமாக இருந்தனர். காரணம் ஐபிஎல் திருவிழா ...அவர்கள் தெருவில் இருந்து ஒருவன் விளையாடப்போகிறான் என்ற உற்சாகம் அங்கிருந்த அனைவரது மனதிலும் பொங்கி ஓடிக்கொண்டிருந்தது.

வீட்டிற்கு வெளியே இரு வரிசை வீடுகளுக்கும் நடுவில் பெரிய எல்ஈடி திரை அமைத்து அதில் ஐபிஎல் கிரிக்கெட் போட்டி நேரலையில் ஓடிக்கொண்டிருந்தது.

அதனருகே அங்கிருந்த குடும்பங்களில் இருந்த பெரியவர் முதல் குழந்தைகள் வரை அனைவரும்..இன்னும் பல அருகருகே இருந்தவர்களும் கூட குவிந்து இருந்தார்கள்.... அனைவரும்...கப்பல் ..கப்பல் என்று ....

அவர்களுக்கு பிடித்த ஒரு பெயரைச் சொல்லி கத்திக் கொண்டிருந்தார்கள்.

அந்தப் பெயரை சொல்லும் போதே அந்தப் பகுதியில் ஆரவாரம் கரைபுரண்டோடியது..

அவர்களுக்கு அந்த பெயரை சொல்லும்போது அத்தனை ஆரவாரம் நம்பிக்கை... உற்சாகம் ...அவர்களுக்குள் இருந்து ஒருவன் ... அங்கே விளையாடிக் கொண்டிருப்பது போல உற்சாக வெள்ளத்தில் இருந்தார்கள்.

அப்போது அங்கே ஒரு கருப்பு நிற சொகுசு கார் ஒன்று வேகமாக வந்து நின்றது. அதிலிருந்து கோட்டு சூட்டு போட்ட ஒருவன் இறங்கினான்.சற்றேரக்குறைய முப்பது வயதுகளைக் கடந்திருந்தான்.

அவன் இறங்கியதும்... அங்கு அமர்ந்திருந்த மக்களெல்லாம் அவனைப் பார்க்க,செல்பி எடுத்துக்கொள்ள ஓடினார்கள்.

"..கப்பலோட ..கோச்...டா ..இவரு ..." என அங்கிருந்தவர்கள் பேசிக்கொள்ள ...அவனோ ..

அனைவரையும் விளக்கிவிட்டு...கைகளை ஆட்டி அனைவரையும் அமரச் சொன்னான்.. இரண்டு பேர் மட்டும் அவனுடன் பேசிக்கொண்டு ரஞ்சனியின் வீட்டை நோக்கி நடந்து வந்து கொண்டிருந்தார்கள்.

"..இப்போ என்னவாம் ... அவளுக்கு ஏன் ... வீட்டுக்குள்ளே கிடக்கிறாளாம் ...வெளியே வருவாளா ..மாட்டாலாமா ..." என்று கேட்டார் அவர்.

இளைஞர்களில் ஒருவன் ..

"...சார் நாங்களும் ரொம்ப தடவை ...சொல்லி பார்த்துட்டேன்... அவ ரொம்ப அடம் பிடிக்கிறா..வீட்ட... விட்டு வெளியே வர மாட்டேங்குறா .." என்று சொல்ல..

"...என்னையா... பிரச்சனை..அவளுக்கு ...என்ன தான் வேணும்னு கேட்கிறா.." என்று அவன் சற்றுக் கோபத்தை வார்த்தையில் கலந்து இருந்தான்.

"...தெரியலைங்க ..சார் ..நீங்க வேணா ஒரு தடவை பேசிப் பாருங்க..."

என இருவரும் சொல்ல ...

அவனும் மெல்ல தலையை ஆட்டியவாறு ...ரஞ்சனியின் வீட்டை நோக்கி வேக வேகமாக நடந்து போனான்.

ரஞ்சனியின் வீட்டு வாசலில் வந்து மூவரும் நின்றார்கள்..

"...ரஞ்சனி... ரஞ்சனி ...இப்பவே,,வெளிய ..வருவியா இல்லையா ..." என்று கத்தினான்.

அவளோ...

"...இல்லீங்க ...நான் வெளில வர மாட்டேன்..நீங்க ..போங்க ..." என்று உறுதியாக சொன்னாள் ..உள்ளிருந்தே..

"...இப்போ என்னன்ற ...ஊரே மொத்தமா... அவனுக்காக காத்துக்கிட்டு இருக்கு...ஆனா நீ மட்டும்... வீட்டுக்குள்ள அடைஞ்சுக்கிட்டு படுத்துறனா

... என்ன அர்த்தம்... வேற... உனக்கு என்னதான் வேணும்..." என்று கத்தினான்..

"...எனக்கு எதுவும் வேணாம் ...நான் வெளியில் வந்து பார்க்கவும் மாட்டேன்... என்னை யாரும் தொந்தரவு பண்ணாதீங்க..." கத்தினாள் ரஞ்சனி.

"...டேய் இதுக்கு மேல..என்ன ..பண்ண ... அவ கேட்க மாட்டுரா .. இந்த செல்போனை அவர் கிட்ட குடுத்துட்டு வா ..." என்றான் அவன்.

உள்ளே சென்ற ஒருவனும் போன வேகத்தில் திரும்பி வந்தான்.

"...சார்..அக்கா ..செல்போன.. வாங்க மாட்டேங்குறாங்க ..சார்..." என்று சொல்ல

அவனுக்கு கோபம் மேலும் அதிகரித்தது.. அந்த செல்போனை கையில் பிடித்துக் கொண்டு... அவனே அந்த வீட்டிற்குள் நுழைந்தான்.

அந்த வீட்டுக்கு ...வீட்டுக்கான எந்த ஒரு தகுதியுமே இருப்பதுபோல தெரியவில்லை ...அங்கு சில ....ஓட்டை பாத்திரங்களும் ...சில அழுக்குத்துணி மட்டும் கிடந்தது.

அந்த வீட்டின் நுழைந்த அவன் ... அவளோடு பேச ஆரம்பித்தான்.அவன் உள்ளே வந்த பிறகும் கூட அவள் தனது படுக்கையிலிருந்து எழுந்திருக்கவில்லை ..அவள் படுத்தவாறே இருந்தாள்.

"... சரி விடு... உனக்கு வெளியில் வந்து பார்க்க விருப்பமில்லை.. அதனால நான் இந்த செல்போனை... இந்த இடத்தில ஆன் பண்ணி வைக்கிறேன்... இதுல கிரிக்கெட் வரும்... இதையாவது நீ பாரு ..."

என்றவாறு கிரிக்கெட் ஓடிக் கொண்டிருந்த ...அந்த செல்போனை ஆன் செய்து அவளின் தலையின் அருகே இருந்த அரிசி மூட்டை ஓரத்தில் நிற்க வைத்துவிட்டு..

"... நீ கண்டிப்பா பாக்குறே... நீ பாக்காம இருந்தன்னா ... இப்படி ஒரு சந்தர்ப்பத்தை ..நினைச்சு ...நீ சாகுற வரைக்கும் வருத்தப்படுவ... நான் சொல்றத கேளு ...ஒழுங்கா அத பாத்துட்டு இருக்கே...இது எத்தனை வருட கனவு ...இதுக்காக நாம எவ்வளவு ..கஷ்டப்பட்டிருக்கோம் ...இதுக்கு மேலயும் பார்க்க மாட்டேன்னு ..அடம் புடிச்சயினா ...எனக்கு வர்ற கோவத்துக்கு ...நானே... என் கையால கழுத்தை நெரிச்சு கொன்னு போடுவேன்.."

என்று கோபமாக சொல்லிவிட்டு... அந்த வீட்டுக்குள் இருந்து வெளியே வந்தான்.

வெளியே வந்த அவனுக்கு... அங்கே இருந்த இருவரும்...

"..என்ன சார்... உங்ககிட்ட சொல்லுது ..அக்கா .." என்று கேட்க

"... ஏன் ..டா ...இப்படி அடமண்டா ..இருக்கா ...எவ்ளோ பெரிய வாய்ப்பு வந்து இருக்கு... இப்ப கூட அதை புரிஞ்சுக்காம ...இப்படி பண்ணுனா ...இவள ...என்ன பண்றது... சரி வாங்க கிளம்பலாம்....

இன்னும் கொஞ்ச நேரம் பார்ப்போம் ...அங்க... கிரிக்கெட் ..ஓடுற சவுண்ட் வரலயினா ..அவளை பேசாம... பெட்ரோல் ஊற்றி எரித்து விடுங்கள்.... கடுப்புகலகெளப்பிகிட்டு .." என்று கோபமாக சொல்லிவிட்டு அந்த இடத்திலிருந்து கடந்து சென்றான்.

அங்கே நின்றிருந்த இருவரும் ஒருவரை ஒருவர் முகத்தை கோபமாக பார்த்து முறைத்துக் கொண்டிருக்கின்றார்கள்...

அப்போது ஒருவன்

"... இன்னும் கொஞ்ச நேரம் பாப்போம்... இல்லைனா... அவர் சொன்ன மாதிரி பெட்ரோல் ஊற்றி எரிச்சுருவோம் ...சரியா ..." என்று சத்தமாக சொல்ல...அது ரஞ்சனி காதுகளில் விழுந்தது.

''... சரிதான் அவர் சொன்ன மாதிரியே... செஞ்சிடுவம் ..பாத்துக்க .."என்ற இருவரும் ஒருவரை ஒருவர் ...கை அடித்து சிரித்துக் கொண்டார்கள்.

அப்போது வீட்டிற்குள் முடங்கி இருந்த ரஞ்சனி...

மெல்ல தலை நிமிர்த்தி அந்த அலைபேசியை பார்த்தாள்.அவளது முகத்தில் மெல்ல சந்தோசம் படர ஆரம்பித்தது...

அதில் தெரிந்தது... அவளுக்கு மிகவும் பரிச்சயமான பிடித்தமான ...தனது உயிரோடு கலந்து போன உருவம்....

அலைபேசியில் ...திரையில் ...

ஒரு புகைப்படம் தெரிந்து கொண்டிருக்க ..

அவனைப்பற்றி எதிரெதிரே அமர்ந்து கொண்டிருந்த... இருவர் கலந்துரையாடல் செய்து கொண்டிருந்தார்கள்.

"... ரமேஷ் நீங்க சொல்லுங்க.. இந்த கப்பல் இன்னைக்கு போட்டியில் விளையாடுவது எந்த அளவுக்கு முக்கியம்...."

"...சுரேஷ் ...என்னை பொருத்தவரைக்கும்... இன்னிக்கு போட்டியில் கப்பல் விளையாடுவது... ரொம்ப ரொம்ப முக்கியம்... இந்த ஐபிஎல் தொடர்ல ..இதுதான் முதல் போட்டி... அதுவும் மும்பைக்கு எதிரான... இந்த போட்டியில் சென்னையில் அவர் விளையாடுவது...அவருக்கு ரொம்ப அட்வான்டேஜ் இருக்கு ...அதே மாதிரி என்னை போலவே ...கோடிக்கணக்கான மக்கள் லைவ் பாத்துட்டு இருக்காங்க... அதனால இன்னைக்கு அவரு சாதிச்சா ...அவர உலக அளவுக்கு கொண்டு போய் சேர்த்துரும் .. அதுக்கு மேல அவரு இருக்கிறது... சென்னை டீம் இது ரொம்ப... ரொம்ப முக்கியம்... இதுநாள் வரைக்கும் நல்ல ஓபன்... இல்லாம கவலையில் இருந்த... சென்னைக்கு இன்னைக்கு கப்பல் வந்திருக்கிறது... எனக்கு என்னமோ நல்லதாக தான் தெரியுது..."

"..சரி ...நீங்க சொல்லுங்க ...இன்னைக்கு கப்பல் எவ்வளவு ஸ்கோர் அடிப்பாரு.."

"...நான் நிறைய தடவை கப்பலோட ..மேட்ச் பார்த்திருக்கேன்... அவருக்கு நல்ல பேட்டிங் திறமை இருக்கு ...என்னோட விருப்பம் ...அவர் இன்னைக்கு கண்டிப்பா ஒரு நூறு அடிக்கணும் ...அப்பத்தான் ...அது அவருடைய கேரியரில் ...ரொம்ப ஹெல்ப்பா இருக்கும்...."

"... சரி பாத்துக்கலாம்... கப்பல் ..எவ்வளவு ஸ்கோர் அடிப்பாரு ...அப்படிங்கறது... உங்களோட விருப்பமும் நிறைவேறும் .... பாக்கலாம்... இன்னும் கொஞ்ச நேரத்துல லைவ் மேட்ச் ஸ்டார்ட் ஆகுது... எல்லாரும் கண்டிப்பா பாருங்க ....கப்பல் ... நிறைய ஸ்கோர் அடிப்பாருன்னு ..நான் நம்புறேன்... வணக்கம் ரமேஷ்..ஒரு சிறிய பிரேக் ..அதுக்கப்புறம் லைவ் மேட்ச் ..ஸ்டார்ட் ..பாருங்க ...."

என்று அந்த வர்ணனையாளர் சொல்லி முடிக்க ...அப்போது விளம்பர இடைவேளை

ரஞ்சனியின் நினைவுகள் பின்னோக்கி ஓடத் ...தொடங்கியது...

பீட்டர் அவனது தம்பிக்கு சோறு ஊட்டிக் கொண்டிருந்தான்... பீட்டருக்கு வயது இருபது ...அவனது தம்பிக்கோ அப்பொழுதுதான் ..ஆறு வயது..

ஆனால் அவனது தம்பியும்.. ஊட்டச்சத்து குறைபாடு காரணமாக மிகவும் மெலிதாகவே இருந்தான். அவனை பார்க்கும் யாரும் ...அவனுக்கு ஆறு வயது இருக்கும் என்று சொல்லவே முடியாது... அப்போதும் ஆறு மாத கைக்குழந்தை போலவே ஒல்லியாக இருந்தான்.

அவனது வீடு... இரண்டு வீடுகள் ...அருகருகே ஒட்டியிருந்த... மீனவ கிராமத்தில்.. கடற்கரையோரமாக இருந்த வீடு... ஒன்று பீட்டரின் வீடு ...அருகிலிருந்தது அவனது சித்தப்பாவின் வீடு.

அப்போது அவனுடைய தங்கை ...அடுப்படியில் சமையல் வேலை செய்து கொண்டிருக்க ...அவனும் வீட்டு முற்றத்தில் தம்பிக்கு சாப்பாடு ஊட்டிக் கொண்டிருந்தான்.

அப்போது வீட்டிற்குள் இருந்து வெளியே வந்த... அவனது சித்தப்பா..இவனை பார்த்தார் ... சற்றே குடிபோதையில் இருந்தார்.

அவன் சோறு ஊட்டி விடும் அழகையும் பார்த்த அவர்...மெல்ல சிரித்தவாறே அவர்களை நோக்கி நடந்து வந்தார்.

"...டேய் ..பீட்டர் ..நான் அப்ப இருந்து... சொல்லிக்கிட்டே இருக்கேன்... இவன் ..எல்லாம் ரொம்ப நாளு ...தாக்கு பிடிக்க மாட்டான்... என்னைக்கு வேணும்னாலும் ...டிக்கெட் வாங்கிட்டு கிளம்பிவிடுவான் ...இதுக்கு மேலயும் அவனை கண்ணே... மணியேனு ...வச்சுகிட்டு வளர்த்துட்டு இருக்கிறது... நல்லது... இல்லைடா..." என்று சொல்ல

கோபமாக அவன் ...சித்தப்பாவை ஏறிட்டுப் பார்த்தான்.

"... என்னப்பா ...முறைக்கிற... இவனை... ஏன் ...இத்தனை நாளா வளர்த்துட்டு வர்ரோம் ...இவனால ஏதாவது ஒரு பயன் ...இருக்கா... இப்ப

கூட பாரு ...அவன் ..கொஞ்சமாவது வளர்ந்து இருக்கானா ....எப்படி பொறந்தானோ ...அப்படியே தான் இருக்கான் ..இன்னைக்கு வரைக்கும் சரியா ...அவனால் நடக்க முடியல ...ஓட முடியல... ஆனா நாலு வயசு மட்டும் ஆயிடுச்சு ...இதுக்கு மேல இவன் சரியா வளருவான்னு எனக்கு தோணலை... நீ...மறுபடியும் ..அவனைத் தூக்கி குப்பை தொட்டியில போட்டுட்டு... உன்னுடைய வேலையை பார்ப்பது தான் ...நமக்கு நல்லதுன்னு ..எனக்கு தோணுது ...:"

அப்போதும் பீட்டரிடம் இருந்து முறைப்பே பதிலாக வந்து கொண்டிருந்தது.

"...நான் பாட்டுக்கு சொல்லிட்டு இருக்கேன்... நீ என்னடா பண்ணிட்டு இருக்க..." என்றவாறு பீட்டரின் தம்பியை தரையில் தள்ளிவிட்டார் அவனது சித்தப்பா.

தரையில் விழுந்த அந்த சிறுவனும் கத்தி அழ ஆரம்பித்திருந்தான் ...அந்த சத்தம் கேட்ட ரஞ்சனியும் ..சித்தியும் வேகவேகமாக வெளியே ஓடி வந்தார்கள்..

"...யோவ் ...இது நல்லால்ல ...பாத்துக்க .."

பீட்டர் சித்தப்பாவை பார்த்து கோபமாக கத்தியவாறு... தனது தம்பியை தரையிலிருந்து ..தூக்கினான்.அவன் மேல் இருந்த மண்ணை துடைத்து விட்டான்.

''...இத பாரு சித்தப்பா.. நீ பண்றது நல்லா இல்ல... இதுக்கு மேலயும்... எனது கோபத்தை கெலராத ...நான் பெரிய மனுஷன்னு கூட பார்க்க மாட்டேன் ..." என்று கோபத்தில் கொப்பளித்தான் பீட்டர்.

பீட்டர் கோபமாக பேசுவதை கண்ட ரஞ்சனி வேகமாக ஓடிவந்து அவனது கைகளை பிடித்துக்கொண்டாள்.

''..அண்ணே ..கோபப்படாதன்னே ..." என்று கெஞ்சினாள் ..அவளது கண்களில் கண்ணீர் ஓட ஆரம்பித்திருந்தது.அவளுக்கு பீட்டரின் கோபம் தெரியும் ..அது மிகவும் ஆபத்தானது..அவன் அவ்வளவு எளிதில் கோபப்படுபவனில்லை.

அவனது கோபத்தின் காரணம் சரியாகவே இருந்தாலும் ..அவர்கள் இருப்பது ..அவனது சித்தப்பாவை நம்பியே ..என்பது அவளது கண்ணீருக்கு மேலும் காரணம்..

அதே போல அவனது சித்தியும் ...அவனது கையை பிடித்துகொண்டாள் ..

''..நீ கோபப்படாத ..பீட்டரு ..அவரு ..ஏதோ ..போதையில ..சொல்லிட்டாரு ..." என சொல்ல ..

"...என்னடா உங்களுக்கு கோவம் வருது... கஷ்டப்பட்டு ...கட்டுமரத்த ..ஓட்டி கடலுக்கு போய் கஷ்டப்பட்டு ...மீன் புடிச்சு ...உங்களை பாத்துக்கறது ...நானு ...என்னையவே நீ அடிக்கிற மாதிரி முறைச்சுட்டு

வருவியா ...இப்போ நான் என்ன தப்பா சொல்லிட்டேன்.. " என்றவாறே ...ரஞ்சனியைப் பார்த்தவர் ..

''..இந்த பிண்டத்தையும் ...நாமளும் இத்தனை வருஷம்... வளர்த்துகிட்டு இருக்கோம்.. இதுவரைக்கும்.. ஒழுங்கா எந்திரிச்சு ..நடந்து இருக்கிறானா அல்லது ஓடி இருக்கானா.. இப்படி இருக்கும்போது ...இன்னும் எப்படி இவனை நம்பி வளத்துட்டு ..நேரத்தை வீணாக்கிட்டு இருக்க ..சொல்றியளோ ..."

என்று மீண்டும் கத்த

''.. நம்பனும் ..சித்தப்பா ...நம்பனும்... நம்ம வயித்துக்குள்ள இருக்கும்போது... நம்ம அம்மா எப்படி... நம்மள நம்புவாளோ ..அதே மாதிரி நாமளும் ...ஒவ்வொரு குழந்தையையும் வளர்க்கும் போது... அந்தக் குழந்தையை நம்பனும் ...நம்பிக்கை இல்லாத மனுஷன் ...மரத்துக்கு சமம்... என்று சொல்லி இருக்காங்க ...அட நாங்க.. அவனை நம்பறோம் ..உங்களுக்கு நம்பிக்கை இல்லைன்னா... அது உங்களுடைய விருப்பம்...'' என்றவன் தன் தன்கையைப் பார்த்து ...

"...என்ன ..ரஞ்சனி..சொல்றது ..சித்தப்பா இதுதான்... உங்களுக்கு கடைசி ...இதுக்கு மேலயும் என் தம்பியை பார்த்து ...அது இது பிண்டம்... இந்த மாதிரி சொல்லிட்டு இருந்தீங்கன்னா... நான் பொல்லாதவனா ....." மாறிடுவேன் என்று சித்தப்பாவை பார்த்து எச்சரித்தான் பீட்டர்.

''..சரி விடு டா... நீ சொல்ற மாதிரியே ...வச்சுக்கோ... இது உன்னோட தம்பி தான்... இவனால இதுவரைக்கும் என்ன நன்மை வந்திருக்கு ...நமக்கு ..ஒரு நாளாவது இவன் ..உன்னை அண்ணன்னு ..கூப்பிட்டு இருக்கானா... இவள பாத்து ..அக்கான்னு கூப்பிடுட்டு இருக்கானா ...இவ்வளவு..ஏன் ..விடுப்பா ....அவனே ..எந்திரிச்சு நடக்கவாவது ...செஞ்சிருக்கானா ..இல்லையே ...அவனா ..சொந்தமா சாப்பிட்டிருக்கானா ..." என்று கேள்விகளை அடுக்கிக் கொண்டே போனார்.

".. நீங்க சொல்றதும்.. சரிதான்ப்பா.. நாம வெறும் கல்லையும் ..சிலுவையையும் சாமின்னு ..நினைச்சு கும்பிடுவது இல்லையா ...அந்த சாமி தினமும் நம்ம கிட்ட... பேசிறதா..நல்லது செய்யிறதா ...நம்புறது இல்லையா ...அந்த சாமிக்கு எல்லா நன்மையும்...தெரியும்ல ..அப்புறம் ஏன் ..இவனை படைக்கணும் ...இவனை என்கிட்டே கொண்டுவந்து சேர்க்கணும் .....என் அம்மாவோட வயித்துல பொறந்தா ...மட்டும் தான் ..தம்பியா ...நமக்கு நன்மை தராத எதுவுமே ..இந்த உலகத்துல ..இருக்கக்கூடாதுனு ..ஏதாவது ..சட்டமிருக்கா ..என்ன ..இவன எப்படி நம்பாம இருக்குறது ..சித்தப்பா..இவனை நான் நம்புறேன் .." என்று திருப்பிக் கேட்டான் பீட்டர்.

"... சரியா சொன்ன..அண்ணே ..இதுக்கு ..பதில் சொல்லுங்க சித்தப்பா..." என்று அவனை மேலும் கோபத்திற்கு உள்ளாக்கினால்

அவனது தங்கை ரஞ்சனி.

"..சரி விடு அண்ணன் தங்கச்சி... ஒண்ணு சேர்ந்துட்டிங்க.. எனக்கு இப்பவே வேணும்...இவன் மேல இருக்கற..உன்னோட நம்பிக்கைக்கு என்ன காரணம் ..அதை நிரூபி ....எதை வச்சு ..இவனை நம்பசொல்லறே ...''

"...எதை ..உங்ககிட்ட நிரூபிக்கும்..சித்தப்பா ..."

"..இப்போ நீ கடவுளை ...அது கல்லு ..சிலுவை .....அது ..இதுன்னு ...எல்லாம் சொல்லிட்டு..இருந்தே ...இல்லையா.. இப்போ இவன் கடவுளா ..வெறும் கல்லா ...எனக்கு அதை மட்டும் ..நிரூபித்து காட்டு..." என்று பீட்டரின் தம்பியை பார்த்து கையை காட்ட...

அதுவரை அழுதுகொண்டிருந்த பீட்டரின் தம்பி அப்போது ..அழுகையை நிப்பாட்டி இருந்தான்.

"...பீட்டரு ... நீ ஒன்னும் நிரூபிக்க ..வேணாம் ..அவர் எதோ போதையில உளறிட்டு இருக்காரு... அவர் பேச்சைக் கேட்டு நீ பாட்டுக்கு .. ஏதாவது செஞ்சுட்டு .. இருக்காத..பாவம் ..அந்தப்புள்ள ..." என்று அவனை சமாதானப்படுத்த...

"...இல்லைங்க ...சித்தி... சித்தப்பா ...கேட்டது சரிதான் ...இன்னைக்கு நான் அவருக்கு சரியான பாடம் சொல்லித் தரணும்... என்னோட தம்பியை பிண்டம்னு ..சொல்லிட்டாரு ..அவன் ... இதுக்கு மேல இருக்க தேவையில்லை ...அப்படிங்கறது ...அவரோட கணிப்பு ... அவன் இருக்கனுமா இருக்க வேண்டாமா ...அப்படிங்கறத ..அவனே ...முடிவு பண்ணட்டும்...

என்றவாறு அவன் அவனது.. அப்பாவின் ... பழைய படகை நோக்கி நடக்கத் தொடங்க ...அவனை பின் தொடர்ந்து அவனது தங்கையும் சித்தப்பாவும் சித்தியும் பின்னாலேயே ஓடினார்கள்..

''..அண்ணே என்ன பண்ணப் போற ...என்ன பண்ண போற.." என்று கத்திக் கொண்டு ஓடினாள் ரஞ்சனி.

அவனது படகை அடைந்திருந்த பீட்டர் படகுக்குள் அவனது தம்பியை நிப்பாட்டினான்.

படகின் ஒரு மூலையில்...படகை ..பிடித்தபடி சாய்ந்து நின்று கொண்டிருந்தான் அவனது தம்பி..

பீட்டர் தனது அப்பாவின் சிறிய படகை ...சரிசெய்து வைத்திருந்தான் ...அதில் தண்ணீர் நிரப்பி சோதனை செய்வதற்காக நிப்பாட்டி வைத்திருந்தான்.அந்த படகிற்குள் தான் முன்பொருநாள் அந்த சிறுவனும் குழந்தையாக கிடந்தான்.அவனை பீட்டர் தான் இதுவரையும் வளர்த்து வந்திருந்தான்.அவனுக்கு அவன்தான் தம்பி .அவன் அவனுக்கு கப்பல் என்றே பெயரும் வைத்து செல்லமாக அழைத்து வந்தான்.

பீட்டர் ஒரு தண்ணீர் குழாயை எடுத்து.... அதன் முனையை படகுக்குள் போட்டவன் .கூடவே அருகில் இருந்த மோட்டரை இயங்க செய்தான் .....அப்போது கடல் தண்ணி படகுக்குள் நிறையத் தொடங்கியது.. கடல் தண்ணி படகுக்குள் கொட்டியதும் ...அதற்குள் நின்றுகொண்டிருந்த பீட்டரின் தம்பியோ அழுது கத்த தொடங்கினான்...

அப்போது பீட்டர் மீண்டும் தனது அருகில் இருந்த ஒரு மரக்கட்டையை தூக்கி அந்த படகிற்குள் போட்டான் ...அவன் தம்பி அவனை பதட்டத்தோடு பார்த்தான்..

அருகில் நின்றிருந்த ரஞ்சனிக்கும் சித்தப்பாவிற்கும் ..சித்திக்கும் ஒன்றுமே புரியவில்லை ...இவன் என்ன செய்கிறான் என்று குழம்பி போய் இருந்தார்கள்.

அப்போது பீட்டர் ..சித்தப்பாவைப் பார்த்து..

"...இன்னும் கொஞ்ச நேரத்துல... இந்த படகு .. தண்ணி நிரம்பி மூழ்கப் போவுது... அந்த படகுக்குள் இருக்கிற... என் தம்பி நீந்தி வெளியில வந்துட்டான்னா.. அவன் இனிமே ..வாழ்வதற்கு தகுதியானவன்... இல்ல... நீச்சலடிக்க தெரியாம... அதுக்குள்ளேயே ..மூழ்கி செத்து போயிட்டான்னா... அது தான் அவனோட விதியின்னு ..எடுத்துக்கோங்க ..." என்று சொல்ல

பீட்டரின் தங்கை ரஞ்சனியோ கதறினாள்...

"...என்னன்னே ..சொல்ற ...நம்ம தம்பி சின்ன பையன்.... அவனுக்கு நீச்சல் தெரியாது... தண்ணிக்குள்ள மூழ்கி ..செத்துபோயிட..போறான் ..நீ உடனே..அவனே ..மேல ..தூக்கு..." என்று கதறி அழ ஆரம்பித்தாள்.

"..ஆமா தம்பி நீங்க.. அவசரப்படாதீங்க ...அவர்தான் ..குடிகாரரு ..ஏதோ ...போதையில் ..சொல்லிட்டாரு ..நீங்க அவனுக்கு நிரூபிக்க போயி ...நம்ம குழந்தையை கொன்னுற..போறிங்க ..தம்பி ..அவனை தூக்குங்க ..தம்பி.." என்று அவனது சித்தியும் கத்திக் கொண்டிருக்க...

படகுக்குள் தண்ணீர் மேலே மேலே உயர்ந்து கொண்டே இருந்தது...

அதுவரை முழங்காலின் அளவிற்கு... இருந்த தண்ணீர் ...அப்போது அவனின் நெஞ்சின் அளவிற்கு வந்திருந்தது.

அப்போது பீட்டர் ...அவனது ..தம்பியைப் பார்த்து ..கத்தினான்..

"...டேய் உனக்கு நான் சொல்றது புரியுது ..இல்ல... நீ இப்போ நீச்சலடித்து போயி... அந்த கட்டைக்கு மேலே ஏறி நிக்கணும்... அப்படியே நீ ..நின்னாதான் ..நீ ...என்னோட தம்பி இல்லேன்னா ...நான் இதே இடத்தில் உன்னை விட்டுட்டு போயிட்டே இருப்பேன்..." என்று சொல்ல...

என்று அவன் சொல்லும் போதே அந்த சிறுவனும் ..பீட்டரை நோக்கி தூக்கு என்பது போல கையை நீட்டி கத்த தொடங்கினான்.

அவன் கத்தும் போது ..பீட்டருக்கு முதன் முதலாக ..அவன் அதே படகுக்குள்ளிருந்து ..அவனைப் பார்த்து ..கையை நீட்டி தூக்கு ..என்னை

காப்பாத்து ..என்பதுபோல ..கத்தியது ..நினைவுக்கு வர ...அவனது கண்ணோடும் ..கண்ணீர் வழியத் தொடங்கியது ..

அவனது கண்ணீரை துடைத்தவாறே ..அந்த இடத்திலிருந்து ...வீட்டை நோக்கி நடக்க தொடங்கினான்...

அந்த சிறுவனும் என்ன செய்வது என தெரியாமல் முழித்துக் கொண்டிருந்தான் ..தண்ணீரின் அளவு மேலும் கூடிக்கொண்டே போக.. அவனும் கத்தி அழ ஆரம்பித்து இருந்தான்..

ஆனால் அதே நேரம் அவனது எடை குறைவாக இருந்ததால்... தண்ணீர் அவனை சற்று மேலே தூக்கியவாறு ...அங்கும்மிங்கும் ..ஆடத்தொடங்கியது.அவன் படகின் ஒரு பகுதியை கெட்டியாக பிடித்திருந்தான்.

"...இங்கே பாரு இப்படித்தான்...." என்பது போல ரஞ்சனி கைகளை கீழே இறக்கி.ஆட்டி .. அவனுக்கு நீச்சல் எப்படி அடிப்பது என்றவாறு ..சைகையில் ..சொல்லிக் கொடுத்துக் கொண்டிருந்தாள்.அவளது கண்களில் கண்ணீர் வழிந்து கொண்டிருந்தது.

அவனது சித்தப்பா அந்த சிறுவனையே உற்று பார்த்துக்கொண்டிருந்தார்.

சுற்றி நின்றிருந்த சித்திக்கு குழப்பத்திற்கும் மேல் ...குழப்பம்...ஒரு கணம் கடல் அலைகளும் நின்று போய் அந்த சிறுவனை ..பார்த்துக் கொண்டிருந்தது.

"..இதற்கு மேல் மட்டும்... எங்கே அவன் .. நீச்சலடிக்க போகிறான்.... இன்றோடு அவனது கதை முடிந்து விட்டது ..." என்று அவனது சித்தப்பா நினைத்துக் கொண்டு நின்றிருந்தார்.

அப்போது நடந்து போய் கொண்டிருந்த பீட்டர் ..தனது விரலை மடக்கி ..ஓங்கி ஒரு விசிலடித்தான்.அந்த சத்தம் காற்றையும் கடலையும் ஒருநொடி ...கட்டிப்போட்டது.அந்த சிறுவனை அந்த சத்தம் ஏதோ செய்திருந்தது.

அடுத்த நிமிடம் அதிசயம் தான் நடந்தது... ஆமாம்.. அந்த சிறுவன் ... தனது கைகளை தண்ணீருக்குள் தள்ளி... மெல்ல மெல்ல தவழ்ந்து போக ஆரம்பிக்க ....ரஞ்சனிக்கும் ..விழிக்கு மேல் ...ஆனந்தம் ...வர ..அவன் மீது நம்பிக்கை வர ஆரம்பிக்க ...

"...அப்படித்தான் ....வா..வா ..." என கத்தத் தொடங்கினாள்.அருகே நின்றிருந்த சித்தப்பாவின் முகத்திலும் சந்தோசம் வர ஆரம்பித்திருந்தது.

அவனும் ....சிறிது நேர போராட்டத்தில் ...அதனுள் குப்புற கிடந்த சிறிய மரக்கட்டையின் மேல் ஏறி படுத்து இருந்தான்.

அந்த சிறுவன் கட்டையி மீது ஏறி ...நின்றான் ...நின்றவாறு அனைவரையும் பார்த்து சிரித்துக் கொண்டிருந்தான்.மெல்ல

"...அப்பா .." என சொன்னான்...

அவன் பேசியது பீட்டருக்கு கேட்டது ...அவன் வேகமாக ஓடிவந்து அவனை தூக்கி கன்னத்தில் முத்தமிட்டான்.அருகிலிருந்த அவளும் பீட்டரின் கையை பிடித்தவாறே ..தனது கண்ணீரை துடைத்தாள்.

இப்போது ஊரே கைதட்டி ஆரவாரம் செய்து..விசிலடித்தது...சிரித்துக் கொண்டிருந்தது.அந்த சத்தத்தில்.... தனது கவனம் கலந்த அவள்.

தனது தம்பியின் முகத்தை பார்த்தவாறு அந்த அலைபேசியை தனது கையில் எடுத்தாள்.

அப்போது கிரிக்கெட் வர்ணனையாளர் ...

"... நான் எதிர்பார்க்கல ...முதல் பாலிலேயே சிக்சர் அடிப்பாருன்னு ... நான் இவருடைய விளையாட்டை ...நிறைய தடவை பார்த்திருக்கேன்... கப்பல் நல்ல திறமைசாலி தான்..." என்று புகழ்ந்து பேசிக் கொண்டிருந்தார்.

ரஞ்சனி மெல்ல எழுந்து வீட்டை விட்டு வெளியே வந்தாள்.அவளை வரவேற்க ...அந்த தெருவிலுள்ள அனைவரும் ஓடி வந்தனர்.

அவனும் அவளை நோக்கி ஓடி வந்தான்.

கப்பல் தனது மட்டையை நீட்டி ...அவளை நோக்கி ..இதற்கெல்லாம் ..நீதான் காரணம் ..என்பது போல ....அந்த திரையில் பார்த்துக்கொண்டிருந்தான்.

..இயலிசம் ...

கழுதைகள்..

நான் கல்லூரி மூன்றாம் ஆண்டு படித்துக் கொண்டிருந்த நேரம்..

நான் வீட்டில் அமர்ந்து தொலைக்காட்சி பார்த்துக் கொண்டிருந்தேன்..

அம்மா வீட்டின் சமையலறையில்
எனக்கு இரவு உணவு தயார் செய்துகொண்டு இருந்தார்கள்..

அம்மா..எனக்கொரு டீ..நம்ம வீட்டு பாலுல..போடுங்க..என் ஆர்டர்..

ஆமா..எங்கள் வீட்டில் இரண்டு மாடுகள் வளர்கிறோம்..

ஒன்று ரோசினி..மற்றது தர்ஷினி...இரண்டும் மிக
அன்பானவர்கள்..எங்க அம்மாவே பால்
கறப்பாங்கன்னா..பாத்துக்கோங்களேன்..

டிவியில்..வசீகரா..பட..காமெடி..சீன்..
பார்ரா..இந்த மூஞ்சிய திரும்ப திரும்ப பாக்க முடியாது...நான் சிரித்துக் கொண்டு இருந்தேன்...

திடீரென
எதிர் வீட்டில் இருந்து கூச்சல் சத்தம்..
இரண்டு பெண்குழந்தைகளும் கதறும் சத்தம் கேட்கவே..நானும் என் அம்மாவும் எதிர் வீட்டை நோக்கி ஓடினோம்..

ஒருவேளை ஏதாவது திருடன் வந்திருப்பானோ..
அவன எப்படி சமாளிக்கிறது..
என் யோசனை..

எதிர் வீட்டில் 45 வயதில் ஒரு மாமாவும்..அவருக்கு 30 வயதில் அழகான ஒரு மனைவியும்..
இரண்டு பெண் பிள்ளைகளும் இருந்தார்கள்.அவர்கள் இந்த வீட்டிற்கு குடி வந்து இன்னும் ஒரு மாதம் கூட ஆகவில்லை.

அதனால் எனக்கு சரியான பழக்கம் இல்லை.

ஆனால் அம்மா சொல்ல கேள்விப் பட்டிருக்கிறேன்..

அந்த மாமா மெடிக்கல் கடை வைச்சிருக்காங்க..நல்ல
வருமானம்..பெரிய பொன்னு 12 வது
படிக்கிறாங்க..சின்ன பொன்னு..10வது..

அப்புறம் ஒரு இரகசியமும் சொன்னாங்க..

ஆமா..அந்த மாமாவுக்கு மாலைக்கண்ணாம் இராத்திரி 6 மணிக்கு மேல..கண்ணு தெரியாதாம்..
எனக்கு பெரிய ஆச்சரியம்..அடடா பாவமே..

இவ்வளவு பணமிருக்கே நல்ல டாக்டர பாக்கலாமே...என தோன்றியது..

சரி..அத விடுங்க..
"அம்மா...எங்கள விட்டுட்டு போகாதீங்கம்மா...என சின்ன குழந்தை

கதறியதில் என் கவனம் கலைந்தேன்..
அந்த பக்கத்து வீட்டு மாமா அந்த இரு குழந்தைகள் கைகளையும் பிடித்துக் கொண்டு...அந்த மாமியின் கால்களை பிடித்தவாறு தரையில் கிடந்தார்..

எனக்கு ஒரு நிமிடம் என்ன செய்வதென்று புரியவில்லை..

நான் என் அம்மாவிடம் அம்மா நான் இப்ப என்ன உதவி பண்றது..என கேட்டேன்...

என் அம்மா சொன்னது எனக்கு
பேரதிர்ச்சியாய் இருந்தது..

"நீ ஒன்னும் கிழிக்க வேணாம்..வா..நாம வீட்டுக்கு போகலாம்..இது வேற..பிரச்சனை.."என்றார்கள்...

அவர்கள் சொல்லிக் கொண்டிருக்கும் போதே அந்த மாமி...
தன் கணவரின் தலையை பிடித்து வேகமாக..தள்ளி விட..
அவரும்..தலையில் நல்ல காயம்..கீழே கிடந்தார்..பாவம் மனுசன்..

அந்த குழந்தைகள்... மீண்டும் மீண்டும்...அம்மா
.எங்கள விட்டுட்டு போகாதம்மா..என
கதறிக்கொண்டு இருந்தார்கள்...

நான் என் அம்மாவின் சொல்லிற்கு கட்டுப்பட்டு
செய்வதறியாது..நின்றேன்...

அந்த மாமி வேகமாக வீட்டை விட்டு வெளியே வரவும் அங்கு ஒருவன் மோட்டார் சைக்கிளில் வந்து நிற்கவும்..

அந்த மாமி அதில் ஏறி கிளம்பியது..
அதன் செயலைப் பார்த்த போது...அதன் செயலில் ஒரு துளி கூட..
துயரம் தெரியவில்லை..

பாவம்..அந்த குழந்தைகள் கதறியது..என் கண்களை குழமாக்கியது..

நான் கோபமாக...என் அம்மாவிடம்
கேட்டேன்..

"ஏம்மா இப்படி பண்ணீங்க..நான் அவங்கள தடுத்து நிறுத்தி சண்டைய சமாதானம் பண்ணிருக்கலாம்ல" என்றேன்..

"..ம்..சமாதானம் பண்ணி என்ன பிரயோசனம் தம்பி.." என்றார் சாதாரணமாக..

ஏம்மா..அந்த குழந்தைங்க அழுவுறது உனக்கு கேட்கல..கோபத்தில் வெடித்தேன்..
சற்றே மரியாதையை குறைவாக..
அம்மாவிடம்..

"இங்க வா..வீட்டுக்கு போகலாம்.."
என என் கைகளை பிடித்து இழுத்துக் கொண்டு வீட்டிற்கு வந்தார்..

நான் இப்ப சொல்றேன்..கேளு..

"மொதல்ல..உன் கோபத்தவிடு...
அந்த மாமாவுக்கு மாலைக்கண் இருக்கறது..உனக்கு தெரியும்ல...

ஆமா....தெரியும்..

இப்ப உனக்கு சொல்ல கூடாதத சொல்றேன்..கேளு..அந்த மாமிக்கு அந்த மாமாவோட உறவுல திருப்தி இல்ல..காரணம்..மாலைக்கண்...அதுவும் இத்தன நாளா..பொருமையா தான்.. இருந்திருக்கு..

இப்ப பைக்குல வந்து ஒருத்தன் கூட்டிட்டு போனான்ல அவன் வேற யாரும் இல்ல..இவங்க கடைல வேலை பாக்கறவன் தான்...அவங்க ரெண்டு பேரும் கடைல மாமாவுக்கு தெரியாம..ரொம்ப நாளா..தப்பு பண்ணிட்டு இருந்திருக்காங்க..6 மணிக்கு மேல..
இத ஒருநாள் அந்த பெரிய பொன்னு பாத்துட்டு மாமாகிட்ட சொல்லிடுச்சு..இது நடந்தது போன வாரம்..

இந்த ஒரு வாரமா..அந்த மாமி எல்லா பணத்தயும் சுருட்டிட்டு இப்ப அவனோட கெளம்பிருச்சு"என

எனக்கோ என்ன ரியாக்சன் பண்றதுனே தெரியல...
அப்போது டிவியில்..

வசீகரா பட காமெடி.. சீன்...

"இவ்வளவு நேரம் நான் இவனுக்காக தான அழுதுட்டு.. இருந்தோம்...நம்மள போயி...லூசு..பயனுட்டு..போறான்..நம்ம நடிப்பெல்லாம்..வீணா..போச்சே..."
என வடிவேலு அண்ணன்..சொல்ல..

என்னால..சிரிக்க முடியல..டிவிய ஆப் பண்ணிட்டேன்..

அப்போது அம்மா நீ இங்கயே இரு நான் போயி அந்த குழந்தைகள கூட்டிட்டு வறேன்..ராத்திரி இங்கயே இருக்கட்டும்"என சொல்லி விட்டு கெளம்பினார்கள்..

ஆனால் அம்மா இரவு முழுவதும் வீட்டிற்கு வரவில்லை..அந்த குழந்தைகளொடு சமாதானம் செய்து கொண்டு.அங்கேயே இருந்து விட்டார்கள்..

நானும் அந்த குழந்தைகளை நினைத்து கவலைப்பட்டவாறு..உறங்கியே விட்டேன்..

அன்றுமுதல் என் அம்மாவின் சமையல் அந்த குழந்தைகளுக்கும் கிடைத்தது.

அவர்கள் என்னை அண்ணன் என அழைக்க ஆரம்பித்தார்கள்...

இரண்டு வாரம் இப்படியே ஓடிவிட்டது..

மூன்றாவது வாரத்தின் முதல் நாள் காலை.

என் வீட்டருகே இரண்டு கழுதைகள் புல்லில் மேய்ந்து கொண்டிருந்தது..

அப்போது தான் கவனித்தேன்
எதிர் வீட்டில் கூட்டமாக இருந்தது..

"அம்மா அவங்க வீட்ல என்ன கூட்டம் "என எதிர் வீட்டை காட்டி கேட்டவாறு..கல்லூரிக்கு கிளம்ப பைக்கை முறுக்கினேன்...

"அந்த மாமா..புதுசா ஒரு பொண்ண கல்யாணம் பண்ணிட்டு வந்துட்டாரு"
என்றார்..

எனக்கு என்ன சொல்றதுனே..தெரியலை...

அப்போது...எதிர் வீட்டிலிருந்து அந்த குழந்தைகள் வெளியே வர.. பள்ளி வேன் வந்து நிற்க...

"" டா..டா..பை..பை..சித்தி..நாங்கள் போயிட்டு வற்றோம்" என கத்தியது..அந்த குழந்தைகள்..

அதே சமயம்..
அருகாமையில் புல் தரையில் மேய்ந்து கொண்டிருந்த
ஒரு கழதை கத்தவும்..சரியாக இருந்தது...

என்னால என்ன ரியாக்சன் பண்றதுனே தெரியல...

எதிர் வீட்டில் ஒரு 25 வயது மதிக்கத்தக்க பெண்மணி புதுமணப்பெண் கோலத்தில் நின்றவாறு கையசைத்துக் கொண்டிருந்தது..அந்த குழந்தைகளைப் பார்த்து..

அப்போது என் அம்மா...
"ஏன்டா..கெளம்பலயா..நேரம் ஆச்சு.."என்றவாறு எதிர் வீட்டை நோக்கி நடக்க...

"நீ எங்கமா...அங்க போற" என்றேன்..பல்லை கடித்தவாறு...

அப்போது...அம்மா..
"இன்னக்கி அவங்க கல்யாண முதல் நாள்டா..நம்மகிட்ட பால் கேட்டாங்க..அதான்..கொண்டுபோறேன்"என.

..என் வாயில வந்துச்சு..அந்த கெட்ட வார்த்தை...
"அட..கழுதைந்களா"

எதிர் பார்க்கவில்லை...இப்போது..அந்த கழுதைகள்..என்னைப் பார்த்தபடி..கத்திக் கொண்டிருந்தது...

****

முல்லையும் முருகனும்..

கவிதை நடையில் ஒரு காதல்...கதை..

ஆணுக்குள் மீசை முளைக்க
ஆனவளுக்கு பொறுக்குதில்ல..
ஆனாலும் என்ன சொல்வேன்
நீ பொறந்த இந்த நாளை..

அதிகாலை சேவல் சத்தம்
சேதியொன்னு சொல்லுதடி
ஆத்தாடி உன்னைவிட வேறு
சேதியொன்னும் இல்லையடி..

அம்மனுக்கு ஆரத்தி
ஆண்டாளுக்கும் உன்மேல் பக்தி....
ஆத்தங்கரை புள்ளையாராட்டம்
அதிகாலையில காத்திருக்கேன்
வாழ்த்து சொல்ல..வா..புள்ள...

மூனா மடிச்ச மடி
முன்புருவம் கொசுவமடி
மானோடு மணிக்கழுத்தில்
மாலையோடு காத்திருக்கேன்..

மரிச்ச மந்தாரப்பூ
மனையாளாய் உருகொண்டோ
மஞ்சநெத்தி உன்போலே
மாம்பிஞ்சு நிறமுண்டோ...

மனசோ மத்தளமோ
என் தூக்கத்தில் பறையிசையோ
பரமனுக்கும் கிட்டாவொருத்தி
எனக்கின்னு பொறந்தாலோ...

பூவோ பொன்னாளோ
நீபிறந்த இன்னாளோ
கனவோ கற்பனையோ
கண்ணெதிரே நீ வந்தாய்...

வாழைமரம் ரெண்டு
வாலிபநாண் கொண்டு
வம்சதாமரையோ
வறுமை மூடிய பூச்சரமோ..

உன் மார்பு மீதாடி
கார்கூந்தல் கொஞ்சுதடி..
எனக்கும் ஒரு இடம் கொடேன்
என்னுசுரும் கெஞ்சுதடி..

எப்போ நீ வந்தியோனு
என்னோடு நீ பேச..
ஏனடி வம்பாப்போச்சு
இதுக்காக நான்..
இருபத்து வருடம் காத்திருந்தேன்..

நீ பிறந்த இன்னாளில்
என் கையோடு நீ பூக்க
புல்லரிச்சு போனதடி..
புத்திக்குள்ள பூம்பிஞ்சில்...

புத்தி தெளிகையிலே
புதுப்பொண்ணா நீயிருந்த
புது தாவணி நீ காண
புதுசாவே நான் பொறந்தேன்...

பனித்துளி ஒவ்வொன்னும்
உனக்காக நான் புடிச்சு..
படையலோடு பாக்கும்
பக்குவமா சேகரிச்சேன்...

சேலையில நீ வருவே

சேத்துனக்கு தருவோமின்னு..
சேதியோட மனசுக்குள்ள
சேமிப்பா வைச்சிருக்கேன்..

..ஓய்..மாமா..ஓய்ஞ்சீரோ
ஒரு கழுதை நெனப்பாச்சோ..
எம்முன்னே இளைப்பாற
எஞ்சோடு வந்தீரோ...

..அச்சச்சோ.. அடியாத்தி
அடி புள்ள செம்பருத்தி..
செப்புச்சிலை சீனிக்கட்டி
சிக்கல் தேடுமோ என் புத்தி..

அதானே..அத்தானே..
அடிமனசில் நினச்சேனே..
அடித்தொண்ட இனிக்குதய்யா...
என்ன வேணும் நீயும் சொல்லு..

அடிரே..அற்புதமே..
ஆயுசுக்கும் நீ வாழணுமே
அன்னமே உன்னைப்போல
ஆண்டாளும் சேரணுமே...
ஆசைப்புள்ள அன்னத்துக்கு
அத்தானோட வாழ்த்துக்களடி...

ஆண்டாளா நாயிருந்தா
அரசனும் நீதானே..
ஆண்டவன் இப்போதெனக்கு
என்ன வரம் தரப்போறியலோ...

அஞ்சே..அருங்கஞ்சே..
ஆதியில பூத்த பூவில்
ஆங்கிணைந்த அரும்பு கண்டு
அறுசுவை சேர்த்து வைச்ச..
தேனே தேனுனக்கு கொண்டு வந்தேன்..
தேவதை சூட
தெய்வப்பூவும் கொண்ணாந்தேன்..

குச்சோ..குழையோ..
குடுமி புடி என் மாமா..
நீ வச்ச பூவங்கே
உன் மனசா பூக்கட்டும்...

பூவோடு நானாக
புதைஞ்சே தான் போனேனாம்..
பூவில்ல வாசனையா
புதுப்பூவாட்டம் அவ குழலோ...

வாசிக்க மறந்தேனாம்
வாயோடு வாதாட
வஞ்சனையில் வீழ்ந்தேனாம்..
விலாவோடு விளையாட
விரல்பத்து கை கூட....

விழி நான்கும் விடைதேட
விந்தையடி இந்தநாளு..
விழி கொண்டு நான் மூட
விழிமூடி நீ தேட..

தேடலின் முடிவினிலே
தேனிருக்குமிடம் நானறிந்தேன்..
தேவைக்கு கொண்டு வந்த
தேனடை கீழொழுக..
தேவதை தேன் கூட்டில்
தேன்குழவி வாசம் தான்..

தெருவோர சத்தத்தில்
தேவை கூடக்கூட
தெருமுனை வரை உன்னோட்டம்
தேடலியோ வெட்கம் திரும்ப....

வேட்டி நானு மடிச்சு கட்டி
முறுக்கு மீசை திருகிக்கிட்டேன்
தேனங்கே தின்னிருக்கே
வெளுத்துப் போனா

என்ன செய்வேன்...

விடியல் வரத்தானே செய்யும்
விடை காணத் தானே வந்தேன்
விரல் கொண்டு மீட்டி விட்டேன்
விடிஞ்சா விடுகதையோடு
வாழ்க்கை வரும்...

...
அதிகாலை விடிஞ்சது
ஆத்தோரம் தெரிஞ்சது..
அயிரக்குஞ்சு ரெண்டு தின்ன
ஆற்றில் காலோடு நின்றிருந்தேன்..

அவசரம் உனக்குடா
ஆத்திரமாய் வருதுடா..
ஆசையா வாழ்த்த வந்தா
அவ மடியிலயோ கைவைப்பே..

ஆசையா தோணுச்சே
ஆணைக் கொல்லவே தோணுச்சோ
அக்கறை தெரியுமட்டும்..எப்படி
ஆசுவாச படுவேன்..

அங்கனவே தோணிருச்சு
அடியில் மனசு அடிச்சுருச்சு
அச்சச்சோ அம்மைக்கு அப்பனுக்கு
அறிஞ்சிருந்தா
ஆகவை கூடாதுன்னு
ஆச்சியிட மொழியிருந்தா..

அடிச்சு போட்டது போல்
அவமானம் மனசுக்குள்ள..
அடிமேல் அடிவைச்ச
அவன் போனான் அவ்வுகத்தே...

அஞ்சாறு மணிக்கெல்லாம்
ஆடு புலி இனங்கத்த

ஆத்தாளும் அப்பனுமோ
அஞ்சுமணி கோழி போல...
அவுகளும் கக்கத்துல
அழுந்த துணி தூக்கிக்கிட்டு
..அடியே..வாரான்..பாரு..
அண்ட வாரிசு..முருகன் புள்ளே...

அடேலேய்..அம்மிக்காத்தே
அஞ்சுமணிக்கா எஞ்சாந்தே
எழுபிறப்பும் இல்லாமலே
இன்னிக்கு என்னவாம்
என் புருசோ...

அடிவேற..அவன் கொள்ளு
ஆசையா அத்திமரம் சுத்திருக்கான்..
அங்கண பார் குங்குமத்தே
கன்னத்துல அப்பிருக்கான்...

ஆத்தாடி வயசாச்சோ
என் புள்ளைக்கு குங்குமமும் மனசாச்சோ..
ஆத்தாடி காணலியே..
யாரந்த புள்ளயினு கேளுமைய்யோ..

அய்யோ.. அறை விழுமோ..
அவ நெத்தி தின்ன கன்னத்தே
அப்படியே வந்தேனோ
அவ நெனப்பில் தேனுன்டே...

வெரசாவே கையெடுத்தே
கன்னத்தை நான் துடைக்க...

துடைக்கும் கட்டையோடு
என்னாத்தா..
துரியோதனனா..காத்திருக்கா...

ஏந்தே..சொல்லு புள்ளே
உன்னாத்தா கேட்குதுல்ல..
எதக்கொண்டு கன்னந்தின்னே

சொல்லுவியலோ என்ட மவனே..
..ஏய்..ஆத்தாளும் அப்பனுக்கோ
எங்கொண்ணனை செப்பவதே வேலையாமோ..
..
ஆத்தாடி..குலக்கொழுந்தே
நல்லவேளியோ நீ வந்தே
மாட்டிட்டேன் இப்பவே
மரிக்கொழுந்தே மசக்கை தான்..

ஓட்டமா ஓடிட்டான்
வீட்டுக்குள்ள குளவியாட்டம்..
தூரமா கத்துறாளாம்
என்னாத்தா..கணவகிட்டே..
..முருகு..இப்பக்கி காப்பாதிட்டா
என்னப்பெத்த என்னாத்தா
நாளைக்கு மாட்டுவியோ
மண்டை உடையும் அன்னக்கி..

அப்பாடி தப்பிச்சான்
அவனுக்கு வேர்த்திருச்சு..
ஆனாலும் இன்னக்கில்ல
கச்சேரின்னு புரிஞ்சிருச்சு...

கத்துற சத்தம் வேணாமின்னு
கண்ண மூடி படுக்கையில
விழுந்திட்டான்..

....
எட்டோரு மணிக்காட்டம்
என் தமக்கை பணியாரம்
ஆறிடப் போவுதுண்ணே..
எந்திச்சு வருவியலோ..
எடக்கோழி கத்துச்சோ
என் தூக்கம் கலஞ்சுச்சே...

எழறேனாம்..விழறேனாம்
விழி திறந்து பலறேனாம்..
பாக்கியை முடிச்சு வைச்சி

பட்டியில இருக்கும் மாட்ட..
புழக்கடைக்கு மாத்தறேனாம்...

அவகதா எங்கேனு..
அடிச்சிகிட்ட கேட்டேனாய்..

அம்மாளும் அவதோளும்
ஆட்டுப்பட்டி பூட்டிக்கிட்டு
சந்தைக்கு போனாகளாம்
சாடையா சொல்லிப்புட்டு
சட்டி பானையோடு
துணி துவைக்க போறாவளாம்..

அவ..அஞ்சாண்ட போகையில
என் நெஞ்சோர குத்திருச்சு..
ஆத்தாடி..அம்மையிருக்க
அடி நாக்குல காதல் ஊறிடுச்சே..

அவள கரைய சேக்காமே
நான் குளஞ்சாலாகிடுமோ..
அவ குத்தம் கரைக்கணுமே
அவளுக்கொரு அரசன புடிக்கணுமே..

அப்பவே நான் முடிச்சாந்தேன்..
அவ்வேளை வரட்டுமின்னு
இரவுக்கு காத்திருந்தேன்..
....
காலோடு நடப்போமின்னு
கம்பொன்னு தூக்கிக்கிட்டு
காட்டோர குட்டையில குதிக்கும்
குஞ்சு புடிக்க போறேனாம்..

வீட்டோர குப்பையில
தோண்ட தோண்ட புழுவுமில்ல..
கையோடு களவுமில்ல
காகிதத்தில் பிடிச்சாந்தேன்..

கம்போடு புழுவ சுத்தி

கவனமா குட்டைக்குள்ள
கண்ணு கொத்தி...
கட்டாயமா ஒண்ணாச்சும்
கடிச்சு கால் சட்டிக்காய்ச்சும்
களிச்சிறனும்...

கம்பு தூக்கி நான் பாக்கேன்
கவனமெல்லாம் முல்லை மேல...

முத்தமென்னு நான் கொடுக்க
முகத்தை தாரை வார்த்தாளோ
முடிவாய் என்ன தருவாள்..
முடிச்சு அவிழ காத்திருக்கேன்...
....
பக்குவம் பத்தலேடா
முருகா..
பஞ்சை பற்றவைக்க தெரியலேடா..
பட்டுனு தொட்டுப்புட்ட
தோளில் பாரம் தாங்கலியே...

தொல்லை தானே எனக்கும் இனி
தேன்தின்ன வண்டாட்டம்
திக்குதிசை தெறியாமலே
திட்டிவாழுவேன்..திங்களைப் போல்..

திகட்டவில்லடா..
உன் நினைப்பு..
திரண்ட முகத்தில் கதகதப்பு..
கண்ணுக்குற்ற உன் கதைப்பு
எப்போ கைபிடிப்பே இது
என் நினைப்பு...

காதல கட்டிக்கிட்டா நான்
கைபிடிக்க வர முடியும்..
கழுத்துல கட்டிப்புடேன்
கைரேகை நானும் தாரேன்..

அஞ்சு வயசுல அத்திமர வேலியில

அளவா நான் கேட்ட
ஆஞ்சாந்தே உன் அன்பே...
அறுகம்புல்ல நான் கொத்தி
ஆசையில வேண்டிக்கிட்டேன்
அழகுமுகன கைபிடிக்க...

ஆனாலும் அர்த்தமில்ல
ஆசையில நீயி வைச்ச முத்தத்துல
அறிவுமழுங்கி அழுவுறேன்டா
ஆராச்சும் பாத்திருந்தா
என்ன செய்யேன்..

அவுகவுக நெனப்பெல்லாம்
ஆத்தாளுக்கும் அப்பனுக்கும்
ஆத்திரத்தில் அச்சுப்பட்டா
ஆதியங்கே அவுந்துருமே..

ஆனாலும் குத்தமில்லே
குத்தித்தின்ன கொக்குமில்லே
உன் உசுரு உடம்புக்குள்ள
நீயி தின்னா தப்புமில்லே...

அவுத்த துணியாட்டம் அழுக்கானானிருக்கேன்
துணிவா நீ வந்து
துவைச்சுப் போ என் மனச...

மயக்குற மாலை வரும்
மாமன் நெனப்பும் கூடவரும்
மாராப்பு சத்தமிடும்
முத்தம் கேட்டே யுத்தமிடும்...

உரிச்ச கிழங்கொன்று
வேகாத வலி கண்டு
வெறைச்சு செத்ததைப் போல்
உன் நெனப்பு எனக்குள்ள..
வைச்சு செய்யுதடா
வரிக்குதிரை மாற்றம் வேணுமடா..

வகைவகையா பூக்கும்
காட்டுச்செடி..
கானகத்தே கண்ணுருத்தி..
கையோடு பறிச்சப்போ
கவலையொன்னும் காணலியே..

காட்டுப்பூ கட்டங்கட்டி
கலையாக சேலைகட்டி
கங்மாக்கரை காணும் போதே..
காளையர் கண்ணு மேயுதடா..

மேயாத மானோடோ
மெருக்கேற்ற மகத்தோடே
மணமாலை கண்ணுட்டேன்
மனசோடு பூத்திருப்பேன்..

...
மனசுக்குள்ள பூத்த பூவா
முல்லை
மணக்கோல கனவு கானிட்டிருக்கா..
திண்ணையிலே..

அரிசி பொறுக்கயில..
களையெல்லாம் களையெடுக்க
கறிச்சோறும் அவ சமைக்க
கண்டெடுத்து பாத்தாளாம்..
அவ அம்மா பத்தாரத்தி கனகம்...

..ஏய்..புள்ள..என்னாஞ்சே..
உன் நினைப்பு தின்னாச்சோ..
களை புடுங்கி நட்டுவைச்சே
நாணமோ பட்டுப்போச்சே..

விலாசலாய் வித்தை செய்வாய்
வார்த்தையின் வண்ணம் கொள்வாள்
வண்ணவண்ண மிடுவாள்
வார்த்தையாலே கொன்னிடுவாள்..

கோவக்காரியாம் கனகம்
வாய்தொறந்தா
ஊரெல்லாம் மணக்கும்..
அப்படியோர் ஆட்டுக்கொம்பு
ஆள்களை கொல்லும் வார்த்தை கரும்பு..

..அவ..சத்தம் கேட்டதுமே..
ஆவி பறக்க அன்னாந்தா
அடியாத்தா கொல்லப்போறா
அம்மிக்கல்லு கொன்னாரா..

அவதியா..ஆய்ஞ்ச புல்ல
அவகையில தூக்கிக்கிட்டு
ஓடறாளாம் ஒதுங்குறாளாம்
அவ அம்மா ..கண்ணுகுத்த..

அய்யோமா..மன்னிச்சுரு
சுடுவெயிலு கண்ணுக்குள்ள
மதி கெறங்கிட்டேன்..
மறந்து போயி செஞ்சிட்டேன்..

அழுதே கண்துடைத்தால்
ஆனந்தி முல்லையுமே..

..போ..போயித்தொலை..
அடுத்தவேளை கறிகொண்டா
ஆனது போகட்டும்
அடுத்து பாப்போம்
ஆடி வரட்டும்...

அவளுக்கு மேதோ அறிஞ்சிருக்கு
புத்தி பிரன்றது புரிஞ்சிருக்கு
ஆத்தாவோட கோபம் போக..
அடுக்களைக்கு படையெடுத்தால்
முல்லையுமே.

....
அவளுமோ வீடு வந்து

மோட்டுக்கூரை பிய்ச்சு வந்து
கல்லோடு கரியேத்தி
கறிச்சோறும் சூடாக்கி..
கண்ணு ரெண்டில் மை அப்பி
களம் போக துணிஞ்சாளாம்..

தூரமா தூறலொன்னு
தூரிட கூடுமின்னு
காதோரம் கூதிரும்
கொத்திப்போக கவனம் கண்டால்..

கயித்துல காஞ்சதுணி
கண்ணோரமா கறிச்சோறு
காத்தாட்டம் ஓடியாந்து
கயித்து துணி தூக்கியாந்தா..

கந்தல் துணி வாசம்
காத்துலயும் வந்துருச்சாம்..
கருகுன கறிச்சோறும்
கணக்கு காட்டாம நாறிடுச்சாம்..

அச்சச்சோ மூக்கப்பொத்தி
மூக்கச் சிந்துறா பாப்பாத்தி..
பட்டினி தானோ இன்னக்கி
கனகம் மகள் கண்டம் தானோ
அன்னைக்கி....

கரித்துணி வைச்சு..
கரிஞ்ச சோறு காலிறக்கி..
கவனமில்லா கவலையில
காலோரம் சூடு போட்டா...

அய்யகோ அம்மானு
அலறி துடிச்சாளாம்..
அருகாமையில யாருமில்ல
அடுப்பங்கரையில பொறண்டாளாம்..

ஏதோ..சத்தமின்னு..

ஏகாந்தமா கனகத்துக்கு..
கரிச்ச நாத்தம் தூக்கி வந்து
சேதி சொன்னதாம்..காத்தும்
கயமையோடு..

கலங்கியே போனாலாம்
கதறல் சத்தம் கேட்கையில..
ஏ..புள்ளக்கி என்னாச்சோ
எறும்பேதும் தின்னாச்சோ..

நேத்து காலையில செஞ்சகறி
பூனைக்கு கூடிருச்சோ
பூசமோ பிடிச்சுருச்சோ
புத்தி பேதலிச்சு..ஓடி வர..

காலுமேல சூடு போட்டு
சுருங்கிப் போச்சாம்
சுண்ணாம்பு காலு..

ஓடியாந்த..கனகமும்..
காலைத்தொட்டு ஒத்தமிட்டு
ஒய்யார வாழைமரம் ஒன்ன கொன்னு
சாறு பிழிஞ்சு ஊத்தராலாம்..

வலியொன்னும் வரமுமில்ல
வந்தா போகும் கொஞ்சம்
பொறு புள்ள..
காதுக்கு ஆறுதல் சொல்லி..
வைத்தியத்துக்கு சேதி சொன்னாலாம்..

கொஞ்சநேரம் போயிப்படு
வைத்தியந்தான் கூட்டாரேன்..
குலவை சத்தம் வேணாம்
கூடும்வரை குதிக்காதே..

கொஞ்சலும் கொஞ்சலுமாய்
சொல்லிப் போனாள்
கனகமுமே...

கொதிக்கும் வலியோடு
கொட்ட கொட்ட விழித்தாள்
முல்லையாள்..

……
கவனம் தானெனக்கு
கருக்குது உன்னெனப்பு
காத்தோடு ஏதோ சேதி
கண்ணோரம் ஏதோ கவலை..

உன்னோடு எனக்கும்
ஏதோ சொல்ல தோணிருச்சு..
தூக்கம் கலைந்தது போல்
தூண்டிலில் மீனும் சிக்கிருச்சு..

தூணாய் நானும்
தூக்கித் திரிந்தேன்…
தூகம் அது தெரிந்த மீனாள்..

ஆணோ பெண்ணோ அது
ஆசையை பிரியுமோ
ஆசையாய் நான் சுவைக்க
ஆவி பறந்து கொதிக்குமோ..
அச்சச்சோ அச்சப்பட்டேன்..
அடித்தொண்டைக்குள் அகப்பட்டேன்..

ஆனாலும் ஆஞ்சாந்தேன்
அரண்டேன் கைதூரம்
அகலம் கண்டேன்..
அக்கறை உன் மேற்கொண்டு
அரைநொடியில் நான்
அகன்றேன்…

ஆவி துடிக்க மீனை
ஆப்பைக்குள் கொணரனுமே..
அப்படியே நானும் தூக்கி
அத்தைவீடு வந்தடைந்தேன்..

தூரமே பார்க்கையிலே
தூண்டில் மீனும் துடிக்கையிலே
தூவானமாய் அவள் முகம்..
தூசி கண்டேன் கண்ணுக்குள்ளே..

தரையோடு மீனு போட்டு
தடுமாறி காலை தொட்டேன்..
கண்ணீரும் கால் சிந்த
கட்டிலும் விழித்தது
கண்ணுக்குள்ளே....

..ஏய்..மாமா..அழுவாதே..
ஆத்தா வரும் நேரம் மருகாதே..
மாசம் ரெண்டு போனா
மச்சமாட்டம் ஆறிப்போகும்..

மயங்காதே மாமா..
மனசு நனைக்காதே...
மாம்பிஞ்சு கசக்கும
மனசு வலிக்கும்...என்றே

மாராப்பு சேலையில
மனம் துடைச்சா
முல்லை பூவாய்..

மருகியே நான்
மறப்பேனா இந்நாளை மானே..
மாமன் மச்சமொன்னு கொண்டாந்தேன்..

உனக்கு பிடிக்குமுன்னு
கலையாமே கைகொணர்ந்தேன்..
கண்ணு பட்டுடுச்சோ
காலோடு தைச்சிருச்சோ..

என்ன புள்ளனீயி
பாப்பியோ பக்கமே
பகள்பொழுதில் சத்தமே..

கையோ கவனம் வைச்சா
கால் வலிக்க கூடிடுமோ..

அவன் கண்ணோடு மனசு தூர
ஆசையோடு ஆறுதல் சொன்னான்..

அப்போது அப்புறத்தே
கனகமும் வைத்தியமும்
கையோடு கூட்டிவர..
கலங்கி நின்றானாம்
முல்லை வேந்தனுமே...

அடியாத்தி..செம்பருத்தி..
என் மகனுமில்லே வந்திருக்கு..
வாரய்யா உட்காரும்..
வாய்க்கு தண்ணி கொண்ணாரேன்..

கத்தலும் காதலுமாய்
கழனி குடிக்க தந்தாள்
கனகமுமே..

ஏனத்தே..இப்புடி..
காலுல சூடு போட்டியலோ..
கவனி வீட்டு பொண்டத்தான்
கருப்பு மச்சம் வைப்பீகளோ..

என்னையும் மன்னியுமய்யா
கறிச்சோறு சூடாக்க
கணப்பொழுது கண்ணசந்தேன்..
கருப்பு தோலு வேணுமின்னு
இவிய கட்டையில காலுவைக்க
கனவா நான் கண்டிருந்தேன்..

இப்ப குத்தம் சொல்லுவியலோ
குடுமி சண்ட போடுவியலோ..
என்சோட்டு கவனமுங்க...இப்போ
கூட்டாரேன் ஆத்தாளையும்
அப்பனையும்..

..ஆத்தாடி..வெரப்பபாரு..
என் தொரைக்கு மீசைக்கு
வனப்பபாரு..
வார்த்தை சொன்னா பத்தாதுப்பே
வரிசை கொண்டு வரணுமில்லே..

வாரேனாம்....வந்துருவேன்
வசம்பு தேய்க்கணும் வாக்குலதான்
அப்பனும் ஆத்தாளும் கூட்டி
ஆனைமேலெயில்லோ ஊர் வருவேன்..

உங்க பேச்செத்தான் நிப்பாட்டுவே
வைத்தியம் பாக்கவேணும்..
வைத்தியச்சி சொல்லும் வரை
வார்த்தை தடித்தது
தானும் புள்ளே..

ஆட்டுப்பால் கொணர்ந்து
அரைமணிக்கு விட்டு
ஆசவம் பண்ணிருங்க..
அரை மாசத்துல அணைஞ்சிரும்...
அவுகளுமே சொல்லிப்போக..

ஆகட்டும் அத்தையின்னு
ஆஞ்சாந்த மீனு கொடுத்தே
ஆக்கிபோடுமத்தே
அரசிக்கு அப்பனோடு வாரேனப்போ..

வழியோயும் வரை
விழி பாத்தா.
என்ன கொன்னு தின்னே
அவ சிரிச்சா..
ஆனாலும் மனசுக்குள்ள
அத்தைகிட்ட சம்மதமும் வாங்கிப்புட்டேன்..

அதையும் நானுமிப்போ
அப்பனுக்கெப்படி புரியவைப்பேன்

ஆளில்லா வீட்டுக்கு
காவலுக்கு நானெப்போ வாரேன்..

வழியெல்லாம் அவ நினைப்பு
தீப்புண்ணில் ஈ போல..
அவளை சுத்தியே வருதாம்..
சுடுதண்ணியாட்டம் சுடுதாம்..
அவ உசுரு..

....
மாலை வேலையிப்போ
மாரளவு தண்ணிக்குள்ள
மாடுரெண்டும் தண்ணிகாட்டி
மறைப்புல கட்டுப்போட்டேன்..

காலை போன அப்பனும் ஆத்தாளும்
கூடவரக் காணோமின்னு
கயித்து கட்டில மேல குந்தி..
காக்கா போல காத்திருக்கோம்
கயலும் நானும்..

கருத்தப்போ மேல்வானம்
ஏதோ சேதி சொல்ல
போகுதுன்னு..
கண்ணோரம் ஒரு கவலை.
கழுத்தே நெறிக்க பாக்குதுங்க..

தூரமா ஓலமிட்டே ஒருத்தன்
கூட்டமா ஓடிவாரான்..
அடி மனசுல சஞ்சலந்தான்..
ஆமா..சாமி அன்னிக்கி
சாஞ்சிருச்சு..

அப்பனையும் ஆத்தாளையும்
தூக்கி
ஆண்டையின் வண்டி வந்திருச்சு..

காட்டுக்குள்ள கள்ளர் கூட்டம்

கழுத்தறுத்து காவு வாங்கிருச்சு..
கண்ணு பொத்துக்கிச்சு
கதறி அழ தெம்பில்லாம
திணறிருச்சு..

கையோடு கையடிச்சு
கதறுறாளாம் கயலும்
எனக்கு கண்ணீரை வரவைக்க..
கத்துதாம் குயிலு...

காலனுக்கு அவசரமோ
கண்ணைக்கொத்தி தின்னான்
இப்போது..
கழப்பை உழ தெரியாதே
களனிகாக்கறது எப்படியோ..

கத்தறேன் கதறேன்
கண்ணுல தண்ணி காணோமே..
காலு மட்டும் நிலம் உழுக
நினைவு தவறி விழுந்தேனே...

கயித்து கட்டிலுல
அப்பனையும் ஆத்தாளையும்
ஒண்ணா பாக்குமோ
இந்தப்புள்ள..
இதுக்கா பொறந்ததிந்த
பொறப்பு பிழையா இல்ல...

தூக்கணும் தோண்டணுமின்னு
தெருத்தெரு சொந்தமெல்லாம்
கூடிருச்சு..
தூவானம் கூட இப்போயில்ல
குடைபிடிச்சு
கருப்பு ஆண்டை கழுகு வந்திருக்கு..
....
முன்னமே தெரிஞ்சிருந்தா
மூணு குட தண்ணியில
முழுவதுமா நான் நனைஞ்சி..

முச்சந்தி மூலவரை சுத்தியிருப்பேன்
நூறுமுறை..

நூறாண்டு நீங்கள் வாழ்வீகணுதானே
நான் நேத்துவரை தூங்கிப்புட்டேன்
இப்போ நீங்க தூங்க காரணமானேன்...

நேத்து நீ என்ன சொன்ன
இவள் மஞ்சள் பூச்சல் போதுமுன்னே
இப்போ
உன் காலுக்கு மஞ்சள் பூச
மாட்டேன் நானும் செத்துப் போறேன்..

மஞ்சள் நீரும் ரெண்டு ஊத்தி
மார்கழி தாண்ட சொன்னது பத்தி
நானும் மனசோடு கனவு கண்டேன்..
இப்போ மாண்டு போனதேன்
உன் புத்தி...

ஏய்..அம்மா..
அங்க பாரு..அவ வாரா...
ஆரத்தி எடு..
அய்யகோ..
ஆத்தாடி நீ
அன்னக்கி என்ன சொன்ன..
அறியாம போனனே
பச்ச மண்ணா...
அடியோ..அப்பவோ
அவ வயித்துல வரவா
நீ இம்போ போன...
..
இந்தா ஓடு வராலாம்
உன்னோட முல்லை..
அவளோட கழுத்துல மாலையும் இல்லே..
நீயும் மட்டும் ஏனத்தா..
மாலையும் போட்டே..
என் மனசுல தூக்கி
கல்லாப் போட்ட....என

தங்கை கயல் கதற..

...முருகனின் காலோடு
கத்தினாள் முல்லை...
..
ஆகாங்..மாமா..அஞ்சாருத்தே..
அடிமையோ நானும்
உன்னடி வந்தேன்..
ஆக்குன கொழம்புல உப்பையே
கண்டேன்..
காதோடு கதறுது காடை கத்தல்
கண்டேன்..

கள்ளர் கூட்டமாம்
காடு வெட்டி தின்னுச்சாம்..
கறிக்கு ஆசைப்பட்டு
அப்பனையும் ஆத்தாளையும்
கொன்னுச்சாம்..
..கதறினான் முருகனும்
முல்லைக்கொடியோடு..

முன்னே நின்றாளாம்
முதல் பெண் கனகம்..
முகத்தில மூக்குத்தி
மூச்சு பேச்சில்ல ராசாத்தி...

அழறாளாம்..அருக்காணி
கால் புடிச்சு..
மெட்டி போட்டு விடறாளாம்..
அப்பவே குளிம்பாட்ட
அரளிப்பூ பறிச்சாந்தாளாம்...

ஆனதெல்லாம் ஆயிப்போச்சு
ஊரெல்லாம் இதே பேச்சு..
ஆனையெல்லாம் வாரதுக்கோ
அவுகளை அடக்கம் பண்ண
வேண்டுதுப்போ...

அப்போ தான்..
ஆண்டானும் அடிச்சானாம்
ஒரு சேதி..
அவுகளை அடக்கம் பண்ண போறிலோ
இல்லை.. தகனம் பண்ண போவீங்கடே..

ஆளாளுக்கொரு பேச்சு
ஆண்ட சொன்னதே முடிவாச்சு..

கட்டிலோடு தூக்கிக்கிட்டு
கட்டையெல்லாம் தூக்கிக்கிட்டு
கானக ஓரத்தில கரி எரிக்க
போறாங்களாம்..

தோளோடு மண்ணு சட்டி
தோளு மேல தண்ணி ஊத்தி
தத்தி தத்தி நடக்கறானாம்..
தவமாய் பெத்த முருகப்புள்ள..

தவறெல்லாம் யார் மீதோ
தவலைக்குள் குஞ்சும்
தாவியே குதிக்கிறதாம்
தவளை போல மனசுமாங்கே..

மனை அழிச்சவரை தேடுறதாம்..
மனசோடு வஞ்சமெல்லாம்
வரிசைகட்டி வாரதிப்போ..
வாக்கு தாரேன்..என்ன ஆத்தே..
அவனை கொன்னு விடுவேன்
உங்களோடை இஞ்சேதா..

கத்தறான்..முருகனுமோ
ஆண்டானுக்கும் காதில்லியோ..
அவனுமோ கேட்டதெப்போ..

காத்தோடு சேதி..சொல்லு..
போ..

....
    மூணோடு நாலு நாளும்
நல்லதும் கேட்டதுமாய்
ஏதோ ஒரு கனவு போலே
காற்றில் கலந்திருச்சு ..

சந்தோசத்தே எல்லாம்
காலனோட கைகளிலே
கட்டிலோடு தூக்கிப்போயி
கரியாக்கி சாம்பலாக்கி
காத்தோடு கலந்தாச்சு ..

கண்கள் நான்கும்
அழுதழுது வீங்கிருச்சு ..
கனகமும் முல்லையும்
காலுசுரா இல்லீன்னா
கயலும் முருகனுக்கும்
கல்லறைதான் முதல் முடிவாம் ..

...
அம்மையும் அப்பனுமில்லா
இந்த வீடு ஒரு வீட்டுமில்லே
காய்ச்சல் தீருமட்டும்
இங்கேர்ந்து போகலாம் மருமகனே ..

கண்ணெல்லாம் புண்ணாகிப் போச்சு
கயலையும் பாரு ..
கல்யாணப் புள்ள
களையிழந்து போச்சு ..

காட்டுக்குருவி கத்தியே செத்து போச்சு
கற்பூர வெளக்கணைஞ்சு
காத்துலயும் கலந்துருச்சு ..
கவலையே விடு மாமோவ் ..

கட்டாந்தரையோரம் கத்துற
மகராசி சத்தம் கேட்கலியோ
கன்றோடு தனக்குமிங்கே

கவளம் வேணுமின்னு
கத்தறது கேட்கலியோ ..

காட்டுவேலை போகணுமாமோ
கண்ணைத்தொட கருத்த விதை
காட்டுக்கு போயி
கவலை போக்க ஒரு வழியை தேடு ..

..கத்தியது கனகமும் ..முல்லையுமே
கண்ணைத்துடைச்சான் ..முருகனுமே ..

...
காதோடு ஏதோ ஒண்ணு
கன்னுக்குட்டி போலத்தானே
அம்மையும் அப்பனுமோ
ஆத்தங்கரை புள்ளையோ
ஆறுதல் சொல்ல ..

படலுக்கு ..போயாந்தேன்
கண்ணுக்குள் குளத்தோடு
கத்தும் ஆட்டு மந்தை கூட்டி
கானகம் போக
கம்பெடுத்து கவள சட்டி தூக்கி
போகறான் ..முருகனும் ..

...
நடக்கும் தெருவெல்லாம்
மகிழம் பூ மரங்கள்
ஆங்காங்கே நின்று அழும்
புன்னைமர பூக்கள்
...

...நான் நட்டதுடா
நல்ல நல்ல செடி கண்டு
நானெடுத்து கொண்டாந்தேன் ..

...நாளெல்லாம் பூப்பூக்க
உன்னாம்மா தண்ணி ஊத்த

நாங்க நட்ட இந்த மரம்
நம் பெருமை சொல்லுமடா ..

நேத்தோட ஒரு சேதி
நடக்கையில ஒரு சேதி
சொல்லுறப்போ அப்பனுக்கோ
அரசாண்ட பெருமை போலே ..

கரிகாலன் அரண்மனைக்கே
அம்சமொன்னு வந்தது போலே ..

அப்படிப் பூரிப்பார்
அப்பா ..என
பாதமெல்லாம் அவரோடே
அவரோட நினைப்போடு
நடை போட்டான் முருகனுமே ..

..நல்ல நல்ல சாதி ஆடு
ஆட்டுக்கொரு நல்லகூறு
கண்டெடுத்து வளர்த்ததாம்
கவனமாய் போகுதாம்
மண் சாலையிலே ..

...
நடுத்தெரு தாண்டுகையில்
நானும் வென்ற இடமும் கண்டான் ..
தானே ஏறு தழுவி வென்ற நாளில்
என் அப்பன் பெருமை பேச ..
என் ஆத்தா கண்ணுரெண்டும்
ஆர்ப்பரிச்ச ஆனந்தத்தில்
ஆணாயிரவு அத்தனையும்
அப்பன் ஆத்தா பூரிப்பும்
அடங்கலியாம் ..

..ஆத்தாடி என் புள்ள
ஆனை ஆண்ட இராசனைப்போல்
அவனி வென்று நின்னானே

அத்தனையும் என் முலைப்பாலே ...

மார்தட்டி பெருமையோடு
என் ஆத்தா குளிர்ந்திருக்க ...

என் கண்ணும் குளிர்ந்ததிங்கே
ஏனம்மா ..இன்னிக்கோ ...

காலோடு காலும் பின்ன
கத்தியோடு கம்பும் பின்ன
கலங்கியே நடை பயின்றான்
முருகனும் மூச்சு இன்றி ...

...
காடும் வந்து சேர்ந்தாச்சு ..
ஆடெல்லாம் மேய்தப்போ ..
மனசுமட்டும் வாரதெப்போ ..
வாரி சுருட்டிப் போன
கள்ளர் கூட்டம் தேடுறதே ...
...
ஒருவானாச்சும் இப்போ வாடே
ஒருத்திக்கு பொறந்திருந்தா
ஒத்தைக்கொத்தே ஒரசிடலாம் ..
ஒன்னுசுரா ..என்னுசுரா
ஒருகையி பாத்துடலாம் ..

..கவலையெல்லாம் கூட்டி
கள்ளரெல்லாம் தூக்கிப்போக
காத்திருக்கான்
முருகனுமே ..

...
அந்தப்பக்கம் ...

கனகமும் முல்லையுமே ..
கயலவிட்டு வீடுவந்து ..
கதவே தொறந்த அந்நேரம் ..

..பக்கத்து வீட்டு கோவிந்தனும்
அவனுடை ஆண்டையாலும்
அப்புறமே நின்றிருக்க ..

..அடி ..ஆத்தே ..
கனகமுமே ..
கருப்பெல்லாம் தீர்த்தாசோ ..
கானாவூடு கண்டு வந்தீரோ ..
இத்தனாய் வெரசாவோ ..

..

ஆமாமே ,,அம்மையுமோ
ஆண்ட அந்த அண்ணனுமோ
அவியலா போனதிப்போ
ஆகறத பாப்போமின்னு
அவஸ்தையாவுள்ள ஓடியாந்தேன் ..

..அடியாத்தி என்ன சொல்ல
நாலஞ்சு வயசு சின்னப்புள்ள
கையோடு கூட்டியாந்தே
கடமை முடிக்க கூடலியோ ..

..என்ன கண்ணு பண்ணுறது
கயலை கூட்டி வாரதுக்கே
கவனமா தான் நானிருந்தேன் ..

கயலோட கட்டாந்தரை மாட்டையும்
கூட்டி வாறதெப்போ ..

..
என்செறேன் சேதியா
வயசு புள்ளய தனியா விட்டு
வாரதொன்னும் சரியுமில்லே ...
என்று சொல்ல ..

...
கனகத்துக்கும் முல்லைக்கும்

கருத்துக்குள்ளே மோதலம்மா ..
..
ஆத்தாத்தா ..போவமோ
அவளையும் கூட்டி வருவாமோ ..
அங்கவளோ என்ன செய்வா ..
அடிமடியிலே ஏரியிதிப்போ ..

குறுகுறுத்தால் முல்லையுமே ..

..அடி போடி ..பைத்தியாமே
அவ விதி அப்படியோ
அப்படியே ஆகட்டும் போ ..

...அவரவர் கவளசோறு
அவரவரே தின்னணுமிப்போ ..

..ஆறுதலு நால்லா சொன்ன
கனகமுமே ..

..கருத்தெல்லாம் நல்லா இல்லே
கருவேப்பில்லை தானே அந்தப்புள்ளை ..
..
கண்ணோடு கவலையை சேர்த்து
கருங்கல்லாய் உள்ளே போனாள்
முல்லையுமே ..

.....
.....

அந்தப்பக்கம்..

கருகுளிச்ச மூஞ்சியோடு
கட்டாந்தரை கூட்டிப் பெருக்கி
கயிதவிழ்த்து மாடு பார்த்து
காணும் முழி பிதுங்குறாளாம்
கயலும் கருத்ததோடு ..

காலை முதலே காய்சலுந்தான்
வயித்துக்குள்ளே எரிச்சலும் தான்
காடு வயலு பாக்கணுமே
அண்ணனுக்கு கவளசோறும்
போடணுமே ..

திருக்கை கல்லு மேல்தூக்கி
தினையும் பயிரும்
உள்ள கொட்டி ..
ஆட்டு கல்லு திருக்குறாளாம் ..
ஆணைப்போல அழுக்கறாளாம் ..

அவிச்ச பயறு ஆங்கே கண்டு
ஆகட்டும் பொழுது போகுதுன்னு
அண்ணனுக்கு பிடிச்ச சோறு
தினையும் பயிரும் திங்கத்தானே
திருகுறாளாம்
மருகுறாளாம் ..
மனசுக்குள்ளே அம்மாவை நினைச்சு
அழுகுறாளாம் ..

....

ஆண்டானோட ஆளு ஒன்னு
அங்கங்கே ஒழின்சுவந்து
அவல வேவு பாக்கறதை
பாக்க மறந்தே ..
மருகுறாளாம் ...

....
மறைப்பின்றி சூரியன்
நடுவானில் வீற்றிருக்கும்
மத்திய தொடங்களில்...
காட்டருவிக்கரையோரம்..

தனக்கும் மந்தைக்கும்

தாகம் எடுத்தபோது
அதெல்லாம் கூட கூட்டி
காட்டருவி பக்கம் கூட வந்தான் ..

அங்கேயே கொஞ்ச நேரம்
மரத்தடியில் உட்கார்ந்து
தினையும் தேனும் கூட சேர்த்து
தித்திக்கும் தங்கையோட
கைரேகை பதமா சேர்த்து
பருக ஆரம்பிச்சான்..அவளோட
நினைப்பும் கூட்டி...

சற்றே
கண்ணயர படுக்க ஆரம்பிச்சான்
முருகன் அப்போது ...
அவனோடு அவன் நினைப்பும்
கூட்டி அருவி ஓடுது அங்கே...

என்ன பண்ணுறயோ
ஆசைப்பிஞ்சே அம்மைக்கு குஞ்சே..
அகவை இன்னும் திருநாள் காணாமே
ஆக்கற கஞ்சி தெரியாமே..
என் தங்கை சின்ன புள்ள
நேத்து பூத்த நெல்லு போல
என்ன பண்ணுறவளோ..
பசி எடுக்கக் கூறுகிறவளோ..
கட்டாந்தரை கூட கூட்டிடுவா..
அங்கே இருக்கும்
ஆட்டு குஞ்சுகளுக்கு அன்னையா
இருக்க கூடிடுமோ..

மாட்டு தொழுவத்தில்
மாடு நேரம் பேசி நிக்குறதே..
நிறைமாத வயித்த தள்ளி
வழிபாத்து சொக்குறதே..
அதுக்கும் தீவனம் வச்சுடுவாளோ.
வலியும் போக்கிடுவாளோ..

என்ன பண்ணுவியோ கண்ணு
அம்மையப்பனு மில்லாமே..
அந்த ஒத்த வீட்டுக்குள்ள
நினைப்பெல்லாம் தூக்கி
அங்க சுத்தறியோ..இந்தநொடி
என்ன பண்ணுறயோ..

ஆவி பறக்க
அவன் நினைப்பில்
அவசியம் ஒண்ணு தோணிருச்சு..
இப்போ அவளுக்கு குறைவாத்து வயசாமோ..
குடும்ப பாரம் சுமக்க..
குறையில்லா வயசாமோ...

என்ன செய்யறது
ஆத்தாவும் அப்பனும் பாத்தே
வைச்சிருந்த..
அரவக்குறிச்சி ஆடுமேக்கி
அந்த அரும்பு மீசை பையனுக்கு
கை புடிச்சு கொடுக்கணுமே..

காலத்துக்கும் கருப்பருசி போல
கண்கலங்காமல் வாழணுமே..

ஆத்தாளும் அப்பனும்
ஆசையா என் கைகொடுத்த..
அருகம்புல் காக்கணுமே..
ஆசையோடு கைபிடிச்ச
ஆள சரியான துணை
தேடித்தரவேணுமே..

அப்பனும் ஆத்தாளுமே
கயலுன்னு பேருவைச்சு
கண்மூடி போனதின்னே..
அண்ணே நானிருக்க
கலங்கமாட்டா..என்ட தங்கே..

அவங்க போனலென்ன
அவங்கள நெனப்பு போல..
அவளையும் கண்ணு கலங்காம நானும் கைய புடிச்சு கொடுத்திருவேன்..
காலத்துக்கும் கண்கலங்காமல் கண்ணு குட்டி போல வாழ்வைப்பேன்..

கலந்தான் கற்பனையோடு
கால் மேல் கால் போட்டு
உட்கார்ந்தான் அரசனைப்போலே...

அத்தனைக்கும் தூரமிருந்தும்
அவனுக்கு முல்லை நினைப்பு
வரவில்லை அப்போ..
அவனுக்கு தங்கைக்கு
மேலேயிப்போ
தாரம் பெரிசா நோக்கமில்ல..

அவனோடு அருகினிலே
ஆட்டுக்கிடை அசைபோட்டே
அரவமின்றி படுத்திருக்கே..
அவனும் நினைப்பே அசை போட்டு
முடிச்சிருந்தான்..

..அப்போதாங்கே..
ஆட்டுக்கிடை நடுவுலயுமே..
ஏதோ ஒரு அரவச்சத்தம் போலே.. அவனுக்கும் கேட்கிறதாம்..

ஏதோ மனசுக்குள்ள குறுகுறுக்க..
ஆட்டுக்கொம்பு தூக்கி..அவனோட
கத்தி தூக்கி..
அரணாய் நிக்கிறானாம்..
ஆயர்குல நாயகனாய்..

அந்தப்பக்கமாக வானம்
மெல்ல சிவந்து அவன்
கண்ணோடு நிறத்தப்போல
காரிருள் மேகம் சூழ
கனமழை வருமோதிப்போ...

குழு ஒன்று தான்
குருட்டு தைரியத்தில்
முருகனை மூச்சு தீர்க்க
முன்னேறி வாரதப்போ.. ..

அவனை சுத்தி நிக்கும் கூட்டம்
நாலில்லை மூணு பேரு..
அவனுக்கும் தலைவன் போலே
யாரையும் காணதப்போ....

குரலொன்னு
தலை தூக்குதப்போ..
கவனத்தில் கேட்குதப்போ..

இங்கே பாரு ..
என்ன கொஞ்சம் ...
இங்கே பாரு...
எங்கிருந்து கேட்குதுன்னு..
தலைதூக்கி மேலே பாக்க..

மரத்தின் மேலிருந்து கேட்கிறதாம்
குரலொன்னு..அப்பவே..
குரல்வளை நோக்கி
குதிக்கிறதாம்..

கவனம் கொண்ட
காளைபோல..
கடைசி நொடியில் களம் தப்பி..
மேலிருந்து குதிச்சவனின்
கழுத்திலல்லோ கத்தி வைச்சான்..
முருகன்... முடிவாக
கண்ணாலே மற்றவனை
எச்சரித்தான்..

ஏதோ கள்ளன்
வந்து விட்டால்
என்ன பண்ண போறன்னு..
கையோடு வைத்திருந்த

கம்பு கத்தி ...மேல தூக்கி
ஏறிட்டுப் பார்க்கிறான்...

எட்டு திக்கு நோக்கி நிக்கிறான்..
எத்தனை பேர் வந்தாலும்
இன்னைக்கு எதிர்த்து
சண்டை போட ...
என் ஆத்தா அப்பனுக்கு
எழவு சோறு போட்ட
இவனுங்கள
கழுத்தை அறுத்து ரத்தம் குடிச்சு அப்பனுக்கும் ஆத்தாளுக்கும்
காவு கொடுக்க காத்திருக்கான்..
கண்ணோரம் கோபமாய்
கொப்பளித்தான்
இப்போ வசமா மாட்ட
கொக்கரித்தான்....

எந்திரிச்சா வலிமையோடு
எவன் வந்தாலும்
எதுக்கும் துணிவோடு
எட்டி நிக்கரானாம்...
மேகங்கறுக்க...மலை வருது
தெக்கே...

விட்டுவிட்டு பெய்யும் மழையில
ஒருத்தனா நிக்கரானாம். வானத்திலிருந்து
கடவுளே வந்தாலும்
நாலுபேருக்கு விதைப்போம்..
நால்வரையும் அறுப்பேனுன்னு
வாக்கு சொல்லி கத்தறானாம்..

இவனோடட சமிக்கையில
உதட்டோட வீசலிலே..
ஆட்டுமந்தை கலையிதப்போ
கருப்பாய் நாலு பேரு
நாலு திசையில் அவன சுத்தி நிக்கிறதப்போ..தெரியுதப்போ..

கட்டை போல இருக்கு
கையெல்லாம் முழுகி இருக்கு
கண்ணெல்லாம் துணியாலே
மூடியிருக்கு..
கள்ளர் கூட்டம் இது தானோ
சொல்லாமலே தெரிஞ்சிருக்கு..

நாலு பேரு நாலு திசையா
நாலு தினுசா ..
கண்ணு மேல வச்சு பார்க்கிறாங்க..
கண்ணுக்குள்ள
கண்ண வச்சு
கள்ளர் தலைவனை நோக்கியே..

முறுக்கு மீசை வைத்திருந்த
அந்த தலைவனையும்
பார்க்கிறானாம்..

என்ன பண்ண போறன்னு
எப்போதுமே யோசிக்கல
எப்பவும் இவனை போல
ஏமாற்றி திட்டம் போட ஆளில்லே..

கத்திய வைச்சிருந்தவன் தான்
தலைவன் போல...தடம் மாற்றி
காட்டியது அவங்கே
மற்றவை பார்வை..

தலைவன் கழுத்தில்
கத்தி வைக்க
சுத்தி இருந்த மூணு பேரு..

...சருமத்தையும் சவத்தையும்
தூக்கிப்போக காத்திருங்கே..
...காரணம்.. ஏய் எங்கடா
..இங்கே பாரு ..உங்க தலைவன் கழுத்தை அறுக்க போறேன்
இப்ப பாரு...
எதுக்கு இப்ப வந்தே..

என்னை கொல்லவோ
நீங்க வந்தேர்..

இப்போ வந்து வேண்டாமிப்போ
இப்ப சொல்லவில்லையின்னா எப்பவுமே இந்த உசுரு..
கழுத்தருத்த கோழியாட்டம்
மண்ணுல துள்ளும் பாரு ..என்று கத்தறான்..கருஞ்சிறுத்தையினன்.

...ஆனா ஒரு முறை..
அவிங்க முகத்தில் ஈயாடலை..
பயத்தில் உறைஞ்சதப்போ
ஆண் மகனுகிட்ட
மாட்டியதிப்போ..

ஆனா காட்டு புலி போல
உறுமலாய் இருப்பினும்
எதுத்து நின்ன மூணு பேரும் என்ன செய்யணுமுன்னு ..
கள்ளர் தலைவன் கண்ணோக்கி பார்க்கிறதாங்கே ..

கள்ளருக்கு தலைவனும்
கண்ணோடு கண் காட்ட
கையிலிருந்த கத்தி தூக்கி
மற்றவன் வீச..
தலைவனும் கதறியே நிற்கிறான் மெல்ல தலை குனிந்து சிரிக்கிறான்..

கழுத்தோடு கத்தி மாற
கண்ணோர கருப்பு மாற
பற்ற வைத்த நெருப்புக்குச்சி போல..
மனசுக்குள் எரியறான்
முருகனுமே...

இவனுங்களை இப்பவே
கொல்லணும்..
என்னுயிர் போகுமுன்னே...
மாயோனே வாராயோ..
சக்தியை தாராயோ...
....

தைரியமாய் எழுந்து
நின்றான்..
கணமே கத்தியோடு
கருப்பன் கழுத்தில்
நின்றான்..

அவன் கழுத்தை திருப்பி
பாக்கறானா ..
கழுத்துக்கு மேலே இருக்கும்
கருத்தமீசையும் பாக்கறானா..
மேலிருக்கும்
கண்ணு ரெண்ட பாக்கறானா.. கண்ணோரம் கள்வரையும் பாக்கறானா..

..ஏன்டா..நண்பா..எப்படி இருக்க
இப்படி நீ மாறிப் போய் இருக்க... என
கருத்த மீசக்காரன்..
கருத்தாவும் பேசப்பாக்க..

முருகன் முகத்துக்குள்
ஏதோ ஒரு நடுக்கம்..
இந்த குரல எங்கேயோ..கேட்டிருக்கேன்..
ஏதோ சொல்லுது..உள்ள
என்னமோ பண்ணுறதே..

ஆனாலும் அவனது கோவம்
ஆத்தாளும் அப்பனும் கொன்னது
இவனோ..

..என்னடா நீ செஞ்ச ..
என் அப்பன் ஆத்தா... நீ யாருன்னு
நெனச்சு..செஞ்ச..
என்று கதறுகிறான்
முருகனுமே..

அவனையும் இவன் நெஞ்சோடு
கீழே தள்ளிவிட..
கீழே விழுகறானாம்..முருகனுமே..

..
என்னடா முருகா
உன்னை எனக்கும் தெரியாதா..
எனக்கு உன் அப்பன் ஆத்தா தெரியாதா ...
உன்னோட அப்பன் ஆத்தா ..
எனக்கு அப்பன் ஆத்தா கிடையாதா..
ஏனடா இப்படி சொன்ன
உன் அப்பன் ஆத்தா
உட்கொள்ளும் பாவியின்னு
என்ன சொன்ன..என்று
அவனும் சொல்ல..

முருகனுக்கு
உள்ளூர ஆச்சரியம் ..
எல்லை இல்லா ஆனந்தம்..

இவனோ
அப்பனையும் ஆத்தாளையும்
கொன்னு தின்ன பாவியில்லே..
இந்த குரலு என்ன சுடுறதே
உள்ளூர நெனப்பு
என்ன என்னமோ
பண்ணுறதே..என்று
சிந்திச்சு தானிருக்க..

முகம்மூடிய துணியையுமே
அவிழ்த்தானாம்..
கருப்பனுமே..

அவனே அடையாளம்
கண்டான் முருகப்பனுமே..

..என் நண்பன் தானே
நல்ல புள்ள ..
கருப்பு உசுருக்கு
உசுரா இருப்பானே
உயிரெடுக்க நெனச்சிருக்க
மாட்டானே..

என் நண்பன்
இவன்தான் பாரு
இவன் கொன்னுருக்க
வாய்ப்பே இல்ல..

முழுக்க மனசுக்குள்ள
ஏதோ ஒண்ணு ஓடுறதாம்..
இருவரும் பள்ளி பருவத்திலே
பாடிய பாடலெல்லாம்
பண்ணிய சேட்டையெல்லாம்..

போனமுறை ஏறுதழுவி
பந்தயத்தில்
பக்கமிருந்த நினைவும் வருதாம்..

ஆனாலும்
நெனப்பு...ஆயுசை
சுத்தியல்லோ..வருது..
இவனும் கொல்லவில்லையின்னா
அவுகளை யாரு கொன்னிருப்பா..

யோசிச்சு பாக்கறானாம்
அவனும் அப்பவுமே..எதுவுமே
புத்திக்கு அகப்படலே..

...என்னடா ஆச்சு..
உங்க அப்பனுக்கும் ஆத்தாளுக்கும்..
என்ன ஆச்சு ...என
கத்தி கதறினாலும்
கருப்பனுக்கு உண்மையில
கண்ணுல துளி வந்துருச்சு ..

கருப்பனும் கத்தவில்ல
சும்மா கதை பேசி நடிக்க வில்ல
அவன் கண்ணு உண்மையை சொல்லுதடா
என்று உள்ளுணர்வு
சொல்லியது முருகனுக்கும்..

கருப்பனுக்கும் முருகனுக்கும்
நல்ல உறவு வந்திருச்சு
நாலு பேரு நடுமத்தியில்
முருகனை ஒக்காந்து இருக்க
நாலு பேரும் சுத்தி உட்கார ...

அவங்களுக்கு தானுன்ன
வைச்சிருந்த
தினையும் தேனும் உண்டு..
உருட்டி கொடுக்கிறானாம்..

முதல் இரண்டு வாய்க்குள்ளே போகுமுன்னே கேட்கிறானா
கருப்பனும்...

என்னடா ஆச்சு
நம்ம ஆத்தாவுக்கு
என்னடா ஆச்சு
கருப்பனிடம் சொல்லேன்டா..
கேட்கிறானாம்..நண்பனுமே..

என்னடா என்ன சொல்ல
என் ஆத்தாளையும் அப்பனையும்
கொன்னதை என்ன சொல்ல ஆட்டுக்குட்டி கூட்டிகிட்டு
சந்தைக்கு போனவுக..
இப்போ ஆவியா போனதிப்போ..
சொல்லணுமோ..

கறிச்சோறு வேணுமுன்னு
நானும் காலம் எல்லாம் காத்திருக்க காத்தால வந்தவுக..
இப்போ கரும்புகையா
போனதென்ன
நானும் சொல்ல...

உனக்கு தெரிஞ்சா
ஏதாவது சொல்லு..
என் அப்பா ஆத்தாவுக்கு
என்ன ஆச்சு சொல்லு ..சொல்லு..
ஏதாவது விவரம் தெரிஞ்சா

எனக்கு கொஞ்சம் நீயே சொல்லு ..

பதில் கேட்டானாம்
முருகனுமே..

சகதோழனை கூட்டானாம்
கருப்பனும் காதுவெடைக்க
பேசறானாம்..

...மருது கொஞ்சம் நில்லு
நம்ம கூட்டு தோழா
எல்லாம் கூப்பிடும்
எனக்கு இப்பவே இங்கு வரவேணும்.. எனக்கு நல்ல செய்தி சொல்ல வேணும்..

எவன் இவன் அப்பனாத்தா
கொன்னதுனு தெரிய வேணும்..
ஓடும்வே..கூட்டி வாடோய்..

கத்தறான்..கருப்பனுமே..

சொன்னார் என்றும்
எனக்கு இப்பவே தெரிஞ்சது
தெரிய வேணும்..

என் கூட்டத்துல ரெண்டு ஜோடியாளு எப்போதும் யாரையும் கொன்னதில்லே..
கொன்று தின்னவும் நினைச்சதில்லே....

களவாணி கூட்டம் தானே
ஆனா கருவறுக்க மாட்டோம்
நாங்கள் ...
ஆடு குட்டி ஓட்டிவரும்
ஆட்டு மந்தையில் ஒன்னு தின்போம்..

ஆனா உசுர கொன்னதில்ல.. அடையவும் நினைச்சதில்லே..
கழுத்து நிறைய நகைபோட்டு

கழுத்து நிறைக்கும்
நகை போட்டு
காட்டுக்குள்ள நடந்து வரும்..
கன்னிப்பொன்னு பாத்ததில்லே..

நாங்க களவாண்டு தானே
வந்துருக்கோம் ..
ஆனா ஒருத்தன் விரல் கூட
கன்னி மேலயும் பட்டதில்ல..

கூப்பிடடா.. மருது
எல்லா பயகளையும் ..
கூப்பிடடா மருது ...ன்னு
கத்தினான் தலைவன் கருப்பனும்..

கொஞ்ச நேரத்தில்
தன் கையில் வைத்திருந்த
சங்குழலை ஒலிக்க ..
அந்த சத்தம் காடெல்லாம்
கேட்க
எங்கிருந்தோ... எங்கிருந்தோ
ஏதேதோ நாலு பேரு ..
அப்பப்போய் ஓடி வரும் ..
அத்தனையும் கள்ளராமோ..

அவுகளெல்லாம்
சேர்ந்ததுமே..
அணிஅணியா நிக்கவைச்சு
நடுவுல உக்காந்து
கருப்பு கேட்கிறானா ..

...ஏதடா செய்தி
இவன்...அப்பன் ஆத்தா
களவாண்டது..
யாருன்னு எனக்கு
இப்போ தெரிஞ்சாகணும்..
அவுக என் நண்பனோட
அப்பனும் ஆத்தாளும் மட்டுமே இல்லையடா ...

என்னோட அப்பனும் ஆத்தாளும் தானடா ..
கூட்டத்தில் ஒருவனுக்கும்
ஒரு செய்தியும் தெரியவில்லே..

ஆளாளுக்கு தலையை சொரிய
ஆனது ஒன்னும் இல்ல
இறுதியாக ஒருத்தன் வந்தான் இடிச்சபுளி மேலே தூக்கி
வலது கையை மேலே தூக்கி ..

கருப்பா எனக்கு ஒரு
சேதி தெரியும் ..ன்னு..

உன் கண்ணு நிறைய சொல்லுடா..
என்னடா செய்தி இன்னும்
முன்ன வந்து சொல்லுடா..
அவனும் முன்னே வர..

..நடந்த செய்தி சொல்லு.
நீ ஒன்னு செஞ்சியோ..
இல்ல..
ஏது நடந்ததைப் பாத்தியோ..சொல்லு..
சொல்லு..

கவனமா தான்
அவனும் இவனும்
என்ன சொல்ல போறான்னு
வாய பார்த்து காத்து இருக்க..

அவன் சொல்லுகிறான்
கண்ணோடு கண்ட சேதி.. ..

ஆட்டுக்குட்டி கூட்டத்தோடு
இவனோட அப்பனும் ஆத்தாளுமே
ஆத்துமேட்டு கரை ஓரமாக
போற வழியில
அங்கங்க நாலு பேரு
ஆட்டையும் படிச்சுக்கிட்டு

ஆளுக்கு கழுத்தில் கத்தி வைக்க
நான் உன் தூரமா இருந்து பார்த்தது
உண்மை தானாம்.. ..

அந்த அப்பனும் எத்தனையோ
போராட்டம்
அந்த ஆளுங்க கிடைக்கல ..
கழுத்தில் கத்தி வைத்து
கழுத்தறுத்து கொன்ற யார் என்று எனக்கு தெரியவில்லை ..என்று
முடிக்க..

முடிச்சுக்கும் முடிச்சாமோ
முடிவுரை இன்னும்
வாரலியே...
கண்ணோரம் கதிர்வேட்டு
கலங்கறானாம்..
முருகனுமே..

..முருகா..அழாதே..
ஆனால் துப்பு இருக்கும் போய்
ஆத்தோரம் நாம பார்ப்போம்

..இல்லை..
வாங்கடா கொஞ்சம் போகும்
அந்த ஆத்தங்கரை பக்கமாகவே அடுத்தது யாரு இன்னைக்கு அடையாளம்
காட்டலாமே என்று..

கூட்டத்தோடு கிளம்பறான்
முருகனும் கருப்பனும்..

அவங்களுக்கு ஒருவன் மட்டும்
மந்த விட்டு மத்தவங்க
கிளம்பினாங்க
ஆத்தங்கரை ஓரத்திலே
தேடித்தேடி பார்க்குறாங்க ...

அப்பனும் ஆத்தாளும்
புடிச்சு காட்டுபயலுக நறுக்கி

அதை பதியமிட்ட தடமும்
ஆங்காங்கே சித்திரமும்
செம்புண்ணாம்..
சின்ன சின்னதா ஓடி இருக்கு
இரத்தம் கரை
காத்துலயும் காஞ்சிருக்கு..

கருத்த எறும்பு தின்னு
கவளம் நிறைச்சு
செழிச்சிருக்கு...

......
அங்க அழுகறானாம்
ஆத்தோடு கண்ணீரை கலக்குறானாம்
அம்மை அப்புனு கதரரானாம்
காத்தோடு கருப்பன் விரலும்
கண்ணீரோடு கண் துடைக்க

கருப்பு கருப்பு
கண்ணெல்லாம் பெத்தவளின் நினைப்பு
மனசுக்குள் அப்பனோட கவல
ஒவ்வொரு இரத்த துளியும்
காணக்காண கருவோடு துடிக்கிறானாம்....
காலோடு மண்தின்னது
பத்தலன்னு தரையோடு
விழுந்து அழுகறானாம்...

சுத்தியும் நிக்கும் கள்வர் கூட்டம்
கண்கலங்கி கலங்குறதாம்
கருப்பனுக்கு கலந்து பேச
கூட்டமெல்லாம் காட்டுக்கு
திரும்புறதாம் ..

கருப்பனோ முருகன் தாங்கி
முன்னோடு கவலை போக்க
கவனமா பேசறானாம் ..
கலங்காதே நண்பா
நான் தேடறேன் ..

என் அப்பன் ஆத்தா கொன்ன
அடிச்சுவட்டை தேடறேன் ..
நீ போ வீட்டுக்கு
தங்கையும் தனியிருப்பா
ஆட்டெல்லாம் கூட்டிகிட்டு
அவனும் உன் வீட்டுக்கு
வந்துருவான் ...

கலங்காதே போய் வா
கருத்து வாறதே மேகம்
நிலவும் வரப்போறதோ
இரவு வந்திரும் வெரசா
வீடு போ ..

கத்த காதோடு புத்தி சொல்ல
கவனம் கொண்டான்
முருகனும் ..
கண்ணோடு கண்ணீர் துடைத்து
கவனத்தில் தமக்கை சேர ...

கால் தடுமாற்றம் இல்லாம
கண் போன கதை சேர்த்து
கருவோடு களையெடுக்க
காட்டிலிருந்து வீட்டுக்கு
வாரானாம் ..

....
அங்காயோ தூரம்மா
துக்கமாக அண்ணனும்
வாராது கண்டு
கண்ணோரம் கலக்கம் சேர்த்து
காலடி தேடி ஓடறாளாம்
கயலுமே ....

தங்கையோடு தன்னையும் தாங்கி
தவம் கொண்ட கைகளும் சேர்த்து

திண்ணைக்கு வாரானாம் ...

வெறும் கையோடு
முருகனும் வார ...
குழம்பிப்போன கயலும் ....

என்னென்னெ ஏதாச்சோ
ஆட்டுக்கிடையேல்லாம்
எங்கெங்கே காணச்சொ ...

கையோடும் தண்ணியும்
வாயோடு வார்த்தையாய்
வரவேற்றாள் அவளுமே ..

முருகனும்
கருப்பனும் கண்ட சேதி சொல்ல
கருப்பெறும்பு தின்ன கதையும் சொல்ல ..

கண்ணோடு கைக்கொண்டு
நீர் இறைத்தா கயலும் ..
இருவரும் கட்டிக்கொண்டு
அப்பனாத்தா கேட்டு அழ ..
அங்கெ யாருமில்லே
கண்துடைக்க ...

ஊருக்கு ஆக்கிப்போட்டு
அரவணைச்ச ஆத்தா ..
ஊரெல்லாம் கண்ணாக
நெனெச்சாசிருந்த அவனப்பன் ...
ஆவியா போனதுமே
யாருமில்லே அரவணைக்க ....

நீண்ட நேரம் அழுகறாளாம்
அவதியெல்லாம் சொல்லி

தாங்காத துக்கம் தூக்கி
தொலச்ச மகிழ்ச்சி தேடி
கலங்கறாளாம்
கயலும் ...

கையேடு கைப்பிடித்த
கயலோட கைக்கொண்டே
கண்ணோரம் சேர்க்கறானாம்
முருகனும் ..
பிஞ்சுக்கு கைகள் அங்கெ
புண்ணாக்கிப் போயிருக்க ...
புத்தியோடு புது நெனப்பு
வாறதெப்போ ....

ஏங்...கயலு...என்ன சென்சே
வயிறு கதறுத்தப்போ ...
கண்ணோரம் கவலை போக்கி
கவளம் அப்போ தேடறானாம் ...

அண்ணே ... ஆயிருச்சு ...
குளிச்சு வா ..
கொன்னாறேன் ...
தினையும் தேனும்
தீயாத சோறும் ...
கயலும் சொல்ல ...

கட்டிய வேட்டியோடு
கழுத்தட்டோடு துண்டு தூக்கி
ஆத்தங்கரை போறானாம் ...

....
ஆத்தோடு அவனிறங்கி
அவன் தலை முழுகையிலே
கடலுக்குள் மூழ்குறதாம்
பகலெல்லாம் ஆண்ட பகலவனும் ....

பசியோடு பசிக்கையில
காலோடு மீன்குன்சு கடிக்கயிலே

கவனத்தில் வாறாளாம்
காதலிச்ச முல்லையுமே ...

மதியெல்லாம் நேரன்சவளே
மனசுக்குள் பூத்தவளே
மாலையிட்டு கூட்டிவாறேன்
என் தமக்கைக்கு
துணையும் வேணுமோ ....

தாவணி நீ கலைஞ்சு
சேலையும் சூட வேணுமே ...
நாளைக்கி நானும் வாறன்
நல்ல சேதி
சொல்லப்போறேன் ....

நகையோடு நானும் உன்ன
மணமுடிக்க கூடி வாரேன்
ஊரெல்லாம் கூட கூட்டி
தாலியொன்னு கொன்னாறேன் ....

உடம்பெல்லாம் நீர் துடைக்க
நீரோடு அவ நினைப்பிலும்
அவன் குளிக்க ...குளிக்க..

கயலோட ....கன்சி வாசம்
காத்தோடும் சேர்ந்து
கவனத்தில் பசிச்சிருச்சு ...

காலோடு சத்தம் கூட்டி
கத்தியாய் புத்தி தீட்டி
வெரசா ...நடக்கறானாம்
குடிலுக்கு குமரனாக ...
நாளைக்கு குமரனாகும்
கனவோடு ...

......

வீடடைந்தான் முருகனும்
படலடைத்தாள் கயலும்
ஆட்டு மந்தை அத்தனையும்
அணிஅணியாய் படலுக்குள்..

கயலுக்கும் ஏனோ கண்ணோரம்
சந்தேகம்..
சேர்த்து வைத்த கரிக்கட்டை எடுத்து
எண்ணறாளாம் கருப்பாடுகளை..

கண்ணோடு கண்ட அவனும்
கலங்காதே கயலோ..
கருப்பன் கணக்கு தப்ப மாட்டான்..
போயி கவளத்தை கொண்டாமோ
ஆவி பறக்குது பேச்சி..

கயலும்..கருத்தாமே
கருப்பு ஆடுகள் உறுத்தாமே..
படலடைத்து பார்த்திருந்து
பசிக்கு கவனமா சேர்க்குறாளாம்...

.....
உண்டு முடிந்ததப்போ...
இரவின் முதற்வேளையில்..

முற்றத்தில் முழுநிலா
வெளிச்சத்தில்..
முழுவதும் ருசித்த கையோடு
வாழ்ந்து முடித்த கதையும் பேச..

அண்ணனும் தங்கையும்
ஆவலாய் அமர்ந்தனர்..
முருகனும் கட்டிலின் மேலே.
கயலோ கட்டாந்தரை மேலே...

ஏனாத்தி..உனக்கேதும் ஆசையிருக்கோ..
ஆத்தாளும் அப்பனும் சொன்ன

கதையிலேதும் மிச்சமிருக்கோ..

இருக்குது..ஏதோ ஒண்ணு
இப்போது தோணலியே..
காதோரம் கவுளி சத்தம் கேக்குதண்ணே
கதவோரம் பாருமண்ணே..

யாரது அப்பனோ ஆத்தாளோ
ஏமுன்னே வாரியலோ..
கயலுக்கு உங்ககத சொல்லப்போறேன்
கருத்து தப்பிருந்தா..
கத்துவீகளோ..என

தனது அப்பன் ஆத்தாவின்
கதைபேச ஆரம்பித்தான்
முருகனும்..

முண்டாசு ஏத்திக்கட்டி
முன்னமே நடந்து போனா
நம்ம கருப்பு கவுனியெல்லாம்
காலடியில் தஞ்சமிடும்..

காட்டிலயும் தேன்கூடு
தித்திப்பை தேடித்தரும்..
அப்பனோட கையிபட்ட
களனியும் காலத்துக்கும்
சோறு போடும்..

பகையின்னு வந்துபுட்டா
முழுசா மூணு ஆளு
முன்ன தூக்கி வீசும் பாரு..
அப்பனுக்கு அப்படியோர் தெம்பு.
எதித்தெவனும் நிக்க முடியாது..

என ஆரம்பித்த அவனுக்கு
அதற்கு மேல் சொல்ல
நாக்கு வரவில்லை..
கண்ணோரம் நீரே வந்தது..

கயலோ கதறிப்புட்டா
கலங்காதே அண்ணே..
இன்னும் எத்தனை நாளுக்கு
அழுகறதோ..தெரியலியே..

நீ..ஏன் நடந்ததைப்பத்தி பேசற
இனி நடக்க போறதை பத்தி
பேசுவோமா..என கண்ணீரை துடைக்க..

இல்லே..கயலம்மா..
கருத்த உடம்புனாலும்
நம்மப்பன் இரும்பு தானே..
இருபதே வயசெனக்கு
அப்பனுக்கோ முப்பத்தஞ்சிருக்குமோ..

பதினாறில் கல்யாணம்
பதினேழிலே நீ பொறக்க..
இருக்குமண்ணே..
அப்பனுக்கும் முப்பத்தேழு
ஆத்தாவுக்கு முப்பத்திரண்டு.. என
கயலும் கணக்கு சொல்ல..

கட்டிலில் இருந்தெழுந்தான்
முருகனும்..
கண்ணோரம் கதகதப்பு..

கயலோ..ஏதோ..தப்பிருக்கு
உசுரு தப்பியிருக்கு..
முப்பத்தேழு வயசு அப்பன்
மூணு ஆனைக்கு சமம் தானே..
முன்னெப்படி நின்னு கயவன்
கழுத்தறுக்க கூடும்..

பத்து பேரு வந்தாலும்
படையாவே வந்தாலும்
முதுகெலும்பு உடைபடுமே

நம்ம அப்பனும் ஆனையாமே..

எப்படியோ.. கொன்னாச்சு
கொள்ளையோரம் புதைச்சாச்சு
விடேன்..எண்ணன்ணே
எதச் சொல்ல வாறியோ..

இல்லே..கயலோ..
கழுத்தறுக்கு முன்னே
கவளச்சோத்தில் விசமிட்டுத்தா
தன்னே..
அப்பனோட கழுத்தில் கைவைக்க முடியும்..

கடவுளே வந்தாலும்
கழுத்தறுக்கும் என்அப்பன்
கழுத்திலே கத்திவைச்சான்
அவன்
கயவனாத்தானிருந்திருப்பான்..

அப்போ கொணர்ந்த
கட்டுச்சோறு கலம் எங்கே..
எங்கே நீ தேடிப்பாரு..
மண்டைக்குள் ஏதோ சத்தமிருக்கு..
என சொல்ல..

கத்தறதாம் இரு கவுளி
கதவோரம் பதற்றமாக..

படலுக்குள் அதேபோல்
ஆடுகளும் கனைக்கிறதாம்
காதோரம் ஏதோ சத்தம்..
கலவரமானான் முருகனும்..
அந்த சத்தம்
கும்மிருட்டில் ஒரு கூட்டம்
சமிக்கை செய்யும்..
சத்தமாமோ..
உதட்டோடு நாகுவித்தே
நரகன் கத்தும் சத்தமாமோ..

கயலே..இங்க..வா
என கையோடு இறுக்கிப்பிடித்தான்..தங்கையையும்..
மேல்சாரத்தில் குத்தீட்டியும்
கையோடு சேர்த்து பிடித்தான்..

நிலாவொளி எங்கும் பளிச்சிட
பரபரவென கண்ணோடு
காத்திருப்பு..
ஏதோ நடக்கப்போவது உறுதி
என்று கண்ணிமைக்குள்
நச்சரிப்பு..
இமைகளுக்குள்ளே துடிப்பு...

படுத்திருந்த பசுக்கள்
பட்டென எழுந்து நிற்கும்
பதற்றம்..
காதுகளை அடித்துக்கொள்ளும்
படபடப்பு...
கழுத்து மணிச்சத்தம் எச்சரிக்கை..

இருதயத்தில் ஒருகணம்
நடுக்கம்..நெஞ்சை
நிமிர்த்தினான்..
நடுங்கிய தமக்கை கைகளை கவனமாய் பற்றியபடி
சத்தம் வரும் திசை பார்த்து
மெல்ல நடக்கறானாம்..

வீட்டைச்சுற்றியும் படல்
படலுக்குள் வீடு..
வீட்டினருகில் வேப்பமரம்.
அதனருகே பசுமாட்டு கொட்டகை..

வீட்டின் வலதுபுறம் அடுப்படி
இடதுபுறம் ஆட்டுத்தொட்டி
அதனையொட்டி பின்புறம்வரை
நீளமான ஆட்டுப்பட்டி..
வீட்டின் பின்புறம்

செடிகொடிகள் ..சிறிய முருங்கைமரம்..
அனைத்தையும் கணப்பொழுதில்
கவனத்தில் கொண்டு வந்தான்..
கைநழுவி தமக்கை போவதையும்
கவனித்தான்..

தன் முதுகின் புறமாக
ஏதோ ஒரு உறுத்தல்..குத்துக்கத்தி..
மேலூர் சீமைக்கத்தி..
குடலுக்குள் போய்
வயிற்றை வெளிக்கொணரும்..
வனப்பான கத்திமுனை.
கணித்தான் முருகனும்..

கொல்ல வந்தவன்..
பின்னே நிற்க மாட்டான்..
இந்நேரம் தாமதிக்க மாட்டான்..

மெல்ல திருப்ப முயல..

..ஏய்..முருகா..
தலை திருப்பினே..
உன் தங்கை கழுத்தறுபடும்..
கவனம்..எனக் கூக்குரல்..
இந்த குரலை எங்கேயோ கேட்ட
நினைவு..
காலதாமதத்தில் உயிர் கவனம் கொண்டு
கையோடு தேட..
கைவிட்டுப் போனவளும்
பின்னோடு

கத்தறாளாம்..கயலுமே..

..டேய்..அவனை கொல்லங்கடே.....

தங்கையின் கத்தல்
தன்னை கொல்லச்சொல்லி..
மண்டைக்குள் மயான ஓசை..

மண்ணோடு உருண்டான்
முருகனும்..
....
சட்டென சுதாரித்தான்
முருகனும்..

தன் பின்னே நிற்பவன்
தன்னை கொல்ல வந்தவன்
தானே..
தன் தமக்கையை கொல்ல
வந்தவனில்லை..

அவள் ஏதோ கத்தறாள்
புரியாமே..
பின்னே நிற்பது யாரோ
தெரியாமே...

சண்டையிடுதல் முறையல்ல
முதலில் சமமா
அவனென சோதிப்போம்..

என்று நினைத்த முருகனுமே
காலால் பின்னே எட்டி உதைத்தான்
அவனையுமே..

தன் முன்னே குனிந்து
குட்டிக்கரணம் போட்டான்..
மண்ணில் உருண்டே
மகேசனாய் எழுந்தான்..

கையோடு குத்தீட்டி
இறுக்கிப்பிடித்தான்..
கண்முன்னே யாரென்று
கருமீசை தூக்கி
முழித்தான்
முறைத்தான்..

எதிரே நின்றது

அவனோ..அவன் தான்..
ஆண்டான் மகனும்
அவனது அடிமை இருவருமே..

ஆண்டான் மகனோ
மணிமுத்து..
ஒற்றையாய் பெற்ற
முறையில்லாப் பிள்ளை..

கத்தியை முதுகில் வைத்தது
மணிமுத்தனில்லை..
அவனது அடிமை
அன்பரசு..

ஆங்கே பார்த்தான்
கயலையுமே..
கயலின் கைகளின் இருப்போ..
கள்வனிடம்..மணிமுத்தனிடம்..
கருஞ்சிறுத்தை போன்று
கர்ச்சித்தான்..

கவனமாய்
அவன் முன்நின்ற மூவரையும்
பார்த்து
எச்சரித்தான்...

..ஏய்..கவனமா..கேட்டுச்சோ
முருகன் கருப்பன் குடி
வம்சமுடோய்..
கழுத்தறுப்பேன்..குடல் குடிப்பேன்..
கவனமிருந்தா பக்கம்..வா..

கத்தறான்..கர்ச்சிக்கறான்
கண்ணோரம் தீயை பற்றவைக்கிறான்..

முருகனின் குரலும்
பயமாமோ...

அன்பரசு கைகளில்
நடுக்கமோ..

மணிமுத்தன் மெல்ல
நழுவறானாம்..
கயலின் கைகளை உதறறானாம்..

..ஏய்..புள்ள..கயலோ..
இங்கே..வா..
மணிமுத்தன் கயவன்
புரிஞ்சுக்கோ...

அவனை நம்பிப்போகாதே
அடிமை வாழ்க்கை
விரும்பாதே..

என..கயலைப் பார்த்து
சொன்னவன்..

மெல்ல..மணிமுத்தனை ஏறிட்டு..
ஏனடி..செஞ்சியோ..
என்னுசுரே..
இப்போ...உன் கைகளை
நம்பறதே...தப்பிருக்கே..

என்ன சொன்னியோ
என் தங்கை மனசை
கலைச்சியோ..

சொல்லேன்டா..
சோதனையோ..என்
தமக்கைக்கு தகப்பனாய்
நானில்லையோ..

..என கதறறான்..

அப்போது..கயலோ..

..ஏனடா..இன்னும்
பாக்கறீங்கோ..
கொலை நடுங்கி நிக்கறீங்க..

அவனோட..வயித்த கிழி
என் அப்பனைக் கொன்னவன்
முன்னே..
அரண்டா எப்படி....

கத்திய கயலும்
கத்தியுமோ கொண்டு
கையோடு காரணம்
கருப்பும் கொண்டு..

கண் சிமிட்டுற நேரத்தில
கத்தியோடு பாய்ந்தாள்
முருகன் மீது..

தங்கையின் பாய்ச்சலை
கண்டதில்லை..
முருகன் இதுவரை
அவள் கையில் மாண்டதில்லை..

மதிப்பு தானே அவனுக்கும்
அவள் கைகளை
மறைக்கும் எண்ணமும்
எழவில்லை..

வயிற்றோடு கத்தியை
வாங்கிக்கொண்டு
குடல் வலியோடு
குத்தீட்டியொடித்து
கீழ் விழுந்தான்...

கத்தி குத்தியதோ
வயித்தில..அவனுக்கு
வலியோ மனசில..

ஏங்..தங்கையே
என்னைக் கொன்னா..
நான் என்ன தப்போ
இப்போ செஞ்சேன்..
எனக்கொன்னும் தெரியலியே..

ஏன் கயலே..
ஒருமுறை சொல்லேன்
ஏன்..கொன்னே...

குடலோடு மெல்ல கத்தியையும்
கயலின் கையோடு வெளியே
இழுக்கறானாம்..
அவள் குடுத்த கஞ்சியில்
ஏதோ ஒண்ணு
இப்போ கண்ணோரம்
முருகனை மயக்குது
மாயமென்ன..

மடியை பிடிச்சே
மனசொடிஞ்சு
ஆட்டுத்தொட்டியில சாயிறானாம்
முருகனுமே...

..அப்போ..கத்தறாளாம்
ஆணவத்தில் கயலும்
அண்ணனைக் கொன்ன
ஆனந்தத்தில்..

..ஏய்..முருகா..இங்கே..பாரு..
என் அப்பனைக் கொன்னது
வேறயாரு..நீ தானே..

...என கயல் ஆரம்பிக்க...

முருகனுக்கோ வயிற்றில்
வலியை விட
அவள் சொல்லின் வலி
கனத்தது..மடி கனத்தது..

..ஏய்..என்னாஞ்சே..
புலம்பற...

அவனால் சொல்ல...நாக்கு
எழவில்லை...
கயலின் கண்ணும் அப்போ
அழவில்ல..

ஏதோ ஒரு நடுக்கம்
உடலுக்குள் இரத்தநாளத்தில்
சுணக்கம்..
சுருங்குதாம் பேச்சும்
செயலும்..
இறக்க காத்திருக்கான்..
முருகனுமே...

அப்போ அவன் கண்
மங்க...கைவிரித்து
சாயறானாம்...
கட்டாந்தரையோடு..

கத்தியபடியே சாயறான்..
கயலோ...கண்ணைத் தொற
மணிமுத்தை நம்பாதே..

என்றவாறே..தரையில் சாய...

அப்போது தூரமாய்
படலோடு ஓரமாய்
துடியன் சத்தம்...

...ஓய்....யாரடா..அங்கே..

காற்றில் பறந்து வருதாம்
கருப்பனின் சத்தம்..
காற்றைக் கிழித்து வருதாம்
கத்தியும் பதமாய்..

பறந்த கத்தியும்
படலோரம் நின்ற
பரட்டை தலையனின் கைகீற....

அரண்டு ஓடுதாம்
அந்த கூட்டம்
அவங்களோடு ஓடுறாள்
கயலுமே..கள்ளமே..

கத்திவந்த கருப்பனோடு
காளையும் மருதுவும் தோளோடு
கத்தி அருவாள் கம்போடு
கரும்புலி கோவம்
வம்போடு..

பின்னங்கால் பிடறியில் பட
வீட்டின் பின்னால் ஓடுதாம்
மணிமுத்தன் கூட்டம்..

மயங்கி கிடக்கான்
முருகனுமே..
மடியோடு தூக்கறான்
கருப்பனுமே...

..ஏலோய்...இவன காப்பாத்த
வேணுமுடோய்..
மணிமுத்தனை நாளை
கொல்வோமுடோய்..

கருத்தாய்..கவனமாய்
கத்தினான் கருப்பனும்..

கத்தி கம்பை தூக்கிப்போட்டு
கட்டில் மேலே
முருகனை முடக்கி
தூக்கி ஓடுறதாம்..
கள்வர் கூட்டம் கருப்பன் பின்னே..

காப்பாத்த உசுரோ..
ஓடுது..
காலுக்கு பின்னே..

காத தூரம் கடந்தாச்சு
கட்டிலோடு கவனமும்
கலந்தாச்சு..

கண்ணோடு கருப்பனுக்கு
நீரும்..
பூத்தாச்சு..
....
அடுத்த நாள் காலை
ஊரெல்லாம் கூட்டம்
கூடிநின்னே பேசும் ..
நாவோடு ஏசும்
நல்லதோ கெட்டதோ
யார் குடிக்கோ
எல்லாமே பேசும் ..

ஆற்றுக்கறை ஓரம்
ஒருதுளி ஈரம் ..
கண்ணோடு தூரவில்லை
எட்டி நிற்கும் கூட்டம் ..

தொலைவில் நின்றோ

ஏதேதோ பேசுறது ..
இங்கே மிதக்குறது
யாருன்னு தெரியுறதோ
நேத்து ஓடிப்போன
நடுத்தெரு பொண்ணாமோ

கட்டியவன் கைவிட
ஆத்துல குதிச்சாளோ ...

இல்லை ...இல்லை
இது என்சோட்டு பொண்ணாமோ

காதலிச்சவன் கருவைக் கொடுக்க
கருவோடு களங்கமாய் ஆத்துலயும்
விழுந்தாளாம் ...

ஊரோடு ஆளுக்கு ஒன்னு பேச
ஆத்தங்கறை ஓரத்துல
அத்தனை கண்ணும் காத்திருக்கு ..
உடல் மட்டும் தெரிய
முகம் காண தவமிருக்கு ...

அவளுக்கும் குழப்பமாம்
அங்கே காணுறது
கயலோ ...இல்லியோ

கண்ணோரம் கவலையோடு
கூட்டத்தோடு கூட்டமாய்
காத்திருக்கா ...
முல்லையுமே ..

என்னாச்சோ..ஏதாச்சோ
வீட்டோடு அவனையும் அவளையும்
காணோம் ..
ஆசையோடு வளர்த்த மாட்டையும் காணோம் ..

ஆட்டிப்பட்டியோரம் காஞ்சுபோயிருந்த
கருப்பு இரத்தம்

ஆட்டுக்கோ மனுசனுக்கோ
முருகனோட உசுருக்கோ ..
மனதை திடப்படுத்தி
காத்திருக்கா
முல்லையுமே ..

அப்போது குதிரை சத்தம்
குடித்தலைவன் ஆண்டானின்
வருகை சத்தம் ..
கீழே இறங்கியவன்
இராசா போல் நடக்கறானாம் ...

தன்னை எதிர்க்க யாருமில்லை
என்றே திமிரோடு
நடக்கறானாம் ..

ஏய் ..யாரப்போ ...
வேடிக்கை ...தூக்குமய்யா ..
முகம் பார்ப்போம் ...
குரலோடு கட்டளையாம்
கூடிநின்றே மக்கா காலுக்கு ..

கால் நான்கு துள்ளுறதாம்
துடிப்பில்லா தாவணி தூக்க
நீருக்குள் மூழ்குறதாம் ..

கையோடு தலை முடி தூக்கி
தண்ணியோடு பிடித்திழுத்து

கறையும் சேர்க்கிறதாம் ...
உருட்டிப் போட்ட
கயல் முகமும்

கண்ணு மீனுதிங்க ..
முழிக்கிறதாம் ...
ஊருசனம் ...

அய்யகோ ...என்னுசுரே
எவன் செஞ்ச ...வேலையிதோ

கையிலிருந்த துண்டு தூக்கி
கண் மூட ஓடுறாளாம்
முல்லையுமே ..

என்னப்பா ...என்னாச்சு
இந்தப்புள்ள இறந்தாச்சு
அவ அண்ணே ...எங்கடோய்
ஊரெல்லாம் தேடி பாருங்கே ..

ஆண்டானும் கத்த
காத்திருந்த மங்கை கூட்டமெல்லாம்
மடிச்சேலை தூக்கி மூக்க சீந்துறதாம் ..

ஊருக்கெல்லாம் ஆக்கிப் போட்டு
அழகா வாழ்ந்த இந்த குடும்பம்
யாரு கண்ணு பட்டுச்சோ
பட்டாம் பூச்சி சிறகொடிக்க ..

கண்கலளெல்லாம் அழுக
அடக்கறதாம்
ஆண்டான் குரல் ..

என்னயோவ் ...ஊராரே
ஆத்துல தனிப் பொணம்
கன்னிகழியா பேய் பொணம்
கட்டிலை கொண்டு வாங்க
காட்டோரமா எரிக்க வேணும் ..

ஏனய்யா ...ஆண்டவரே
என் மாமனையும் காணோம்

பகலுக்குள்ளே
அவரு வாரதுக்குள்ளே
வகை செய்வது நியாயமில்லே ...

கண்ணோரம் நீரோடு
முல்லையும் கத்த ..

காத்திருந்த கூட்டத்தார்
...என்னமா ..சின்னப்புள்ள
ஊரே குளிக்கற தண்ணித்தொரை
கன்னிப்பொண்ணு அவச்சாவா
போயிருக்கு ...
ஆரும் குறுக்க வரக்கூடாதம்மா ...

நீயோ காத்திரு ...
பொணத்த தூக்கிப்போயி
உன் வீட்டுல போட்டிரு
காத்து கருப்பு வந்தா
யாரு பாக்கறதோ ..என
எதிரே கூட்டமாய் திரும்ப ..

ஆண்டானின் கையி ஓங்கியது
ஊருக்குள்ளே ..
கண்ணோடு கரிசேலையும்
கருத்த மனசோடும்
வீட்டை நோக்கி முல்லை ஓட ..

தனிப் பொணமா
தீ தின்ன போறாளாம்
கயலும் கருங்கட்டையாய் ...

யாரது செஞ்சிருப்பா
ஊருக்குள் ஒரே பேச்சு
காணா போன ஆடுகளும்
படலோடு மாடுகளும்
யாருமில்லே சாட்சி சொல்ல
கயல் சாவுக்கு நீதி சொல்ல ...

வேகம் இன்னும் வேகம்
வீடடைந்த முல்லையும்

கனகத்தோடு சேதி சொல்ல ...
கள்ளர் கூட்டம் கருவறுத்தே
கயலையும் தின்றதாய்
ஊரோடு சேர்ந்து பேசினாள்
முல்லையும் ...

தன் சீலையும் மூக்கொழுக்க
முடிவு தெரியாமல் விழிக்கிறாளாம்
கனகமும் ...

ஏய் ..கருப்பே எங்கிருக்க
என் குலம் சாகவோ
நீ காத்திருக்கே ..

கத்தினாள் கனகமும்
கடவுள் வேண்டி கருணையிடம் ...

....
மொத்தமா மூணு நாலு
இப்படியே ஓடிருச்சு
கண்ணோரம் வழியிறதும்
கண்ணீர் வத்துறதும்
எங்கே போன மாமான்னு
நெஞ்சுக்குள்ள அழுகறதும்
முல்லைக்கு வாடிக்கையாம் ...

ஓ....ஊரெலாம் தண்டோரா போட்டு
ஒண்ணுக்கு மூணுமுறை
கள்ளர் கூட்டத்தை பத்தி
துப்பு தெரின்சா சொல்லணுமாம்

ஆண்டானோட ஆட்களும்
ஆத்திரத்தில் அந்த ஊர்
ஆட்களும்
உண்மை மறைச்சு ...
உரலோடு ஆடுறதாம் ...

ஆளுக்கு ஒரு நெனப்பு
ஆடெல்லாம் தூக்கிக்கிட்டு
அவ உசுர மாய்ச்சுபுட்டு
அவனும் ஓடிட்டானாம்
கள்ளர் கூட்டத்தோட சேர்ந்துட்டாம் ...

கைதட்டுற குருவியெல்லாம்
சொல்லிடும் மாமன் பேரை
இவள் மட்டும் நம்பலையாம்
நம்பும் படி கயலும் சாகலையாம் ...

அவள் கைக்குள்ள வைச்சிருந்த
மோதிரமும் கத்துறதாம்
காதலிச்சு கைவிட்ட
ஆண்டானின் மகனின்
கைரேகையும் வீசுறதாம் ...

கைக்கு கிடைச்சதை
மாமனுக்கு காமிக்க
மனசும் துடிக்கிறதாம்
முல்லைக்கு மழைசோறும்
எறங்கலியாம் ..

ஏதாவது ஒரு குருவி
கத்தி சொல்லிடாத
கண்ணுக்கு எட்டும் தூரம்
கண்ணனின் குரல் கேட்டிறாதா
கவலைகள் கட்டிக்கொண்டு
காட்டுக்கு ஓரமா
முல்லையும் ஆட்டுக்கு புல் பறிக்க
போறாளாம் ..

நாலுகட்டு புல்லு பறிச்சு
நல்லதா கட்டுக்கட்ட
கைக்கொண்ட கயிறும்
கல்லாகி கழுத்தறுக்க
தாவணியின் ஒரு ஓரம்
தவிக்கிறாளாம்
முல்லையுமே ...

தன்னோடு யார் வருவா
தலைதூக்க யார் வருவா
தவிப்போடு பார்த்தவளுக்கு
தலைக்கணமாய் ஒரு கூட்டம் ..

ஏதோ தெருக்கூத்து கூட்டமப்போ
மாட்டு வண்டிகட்டி
மறைப்பாவும் மனங்கள் கூட்டி
நடந்து வாரதப்போ
நாலுபுடி கூட்டத்தோடு ...

ஏய் புள்ள அஞ்சாரு
அழகுப்புள்ள அஞ்சாரு
ஆட்டுக்கு புல்லுப்போல
அழும் புள்ள அங்க பாரு ..

கத்திய கூட்டத்தில் கருப்பாயும்
ஒரு பவிசு ..
பட்டை போட்ட மாராப்பு
மயங்க வைக்கும் வாய்சிரிப்பூ
...முல்லையவும் பார்த்து சிரிக்க ..

கையலசு ...கூப்பிட்டாலும்
வாரத்தப்போ ..

ஏய் புள்ள ... எத்தனை கனமோ
தூக்குவியோ
இப்படி காட்டுக்குள்ள
மாட்டிகிட்டு ...
மயங்காத கையதாறேன்
தலையை கொண்டாரே ..

தலையோடுகட்டும் தூக்கி
தவழ்ந்து அவ நடக்க
துணையாக அவங்க கூட்டம்
கூடவே வாரதப்போ ...

ஏய் ..புள்ள ..இராத்திரி ஆட்டத்துக்கு
உங்க ஊருக்கு வாறோம் புள்ள
நீயும் வந்திறடி
உன்மாமன் காமிக்கறேன் ...
காத்துல ஏதோ சொல்ல
முல்லைக்கு காதோடு ஏதோ கேட்க ...
கவனத்தில் நிலை தப்பி
மாமனின் நிலையும் கண்ணுற்றாள் ...

....
ஊருக்கு நடுவே
ஒத்தையடித்தெருவில்

ஊரெல்லாம் சேர்ந்திருக்க
ஒய்யார நடைமேடையில்
தெருக்கூத்து நடக்குறதாம்...
இருபுறமும் மறைப்புகள்
அதன் நடுவே மைதானம்
பகலில் நெல் காயும்
மந்தை நிலம்..

ஆண்டானும் அவனெதிராய்
அவன் வீட்டு நடை எதிராய்
தலையும் தலைமையுமாய்
தலைப்பிள்ளை கையோரமாய்...
அமர்ந்தே இரசிக்கிறதாம்
இருநாற்காலி இடுப்போடு
இரவு நிலா அமாவாசையோடு..

கண்ணெல்லாம் பூத்திருக்கு
காசுபணமில்லா கைக்கூத்து
கவலை போக்க..காவலுக்கு
காத்திருந்த படையோ
கள்ளோடு கலந்தாட..
ஊரெல்லாம் கூடி
கள்ளுண்ட காளைகளும் கூடி
கன்னியரை காதலோடு தேடி..
பிஞ்சு முதல் பிறைவீழ்ந்தது வரை
விடியவிடிய காது கொடுக்கும்
கம்பராமாயணக்கூத்தும் நடக்குறதாம்..

காடெல்லாம் சுத்தியலஞ்சு
காணாப்போன சீதையை
இராமன் தேட..
காலோடு காலாக
கருத்த இரவோடு இருளாக
கலக்கிறதாம்
கருப்பன் கூட்டம்..

கவனமெல்லாம் தெருக்கூத்தில்
தெரு நாய்களும் துவண்டநேரம்

தலையோடு தலைப்பாவும்
இடுப்போடு பெருமுண்டும்
இனியும் யாரும் காணா
அடையாள ஒழிப்போடு
நடக்கறானாம்
முருகனும்...

நாலாவது தெருதாண்டி
நானழிஞ்ச அஞ்சாவது
ஆட்டிடை தாண்டி
அவனும் கருப்பனும்
கைகளை கத்தியாக்கி
கண்களில் புத்தியாக்கி...

மெல்ல மெல்ல இரவும்
இருபது விழிகளும்
மெல்ல சுருங்குறதாம்..
இராவணன் வருகை
போருக்கு இராட்சதன் வருகை...

பத்து தலைகளில்
ஒவ்வொன்றாய்
இராமன் தின்ன..
கண் விழிகளுக்குள்
தூக்கம் மரணமாய்
படிந்திருக்க...

மறைத்த கத்திகொண்டு
கழுத்தோடு சதை அறுத்தான்
கருப்பன் ஆண்டானையும்
முருகன் மகனையும்..

யாருக்கும் சத்தமில்லே
சத்தம் போட்ட
இராவணனின் குத்தமில்லே..
மத்தளமும் மேளமும் கத்த
கதறலில் தடமின்றி
கடக்கிறதாம்

கயவர்கள் குரல்வளை..

கண் ஏதும் காணும் முன்னே
கையோடு கத்தி மறைத்து
கருப்பனும் கடக்கையிலே..
காததூரம் கடந்தாகையில்..

காலோடு கொழுசு சத்தம்
கத்தும் மாமனோட
பேரை நித்தம்..
ஏன்..மாமா..என்ன விட்டோ
இப்படி போற எட்டி நடந்தே...

ஓடி வந்தாள் முல்லையும்
கட்டியும் அணைத்தால்
முதுகோடு முண்டாசு மறைத்த
முருகனையும்...

மறுக்கவில்லை முருகனும்
முல்லைப்பேச்சை
மூச்சாக கொண்ட இறைவனும்..

கண்ணோடு நீர் பூக்க
கருங்கூந்தல் கைசேர்க்க
கன்னம் தாண்டி
கழுத்திலும் முத்தமிட்டான்
முருகன்..

கையோடு கூட்டிப்போ
மாமோவ்..
காலையில் சூரியன்
கதிரோடு விழிக்குமோ..
உன் கண்ணின்றி நான் வாழ
காதலும் பொறுக்குமோ..

கைரேகை கைவிரலை
பிரிந்திருக்கலாகுமோ..
கணநேரம் உன்னை

காணாமல் இனி நான்
வாழக் கூடுமோ...

கத்தியே அழறாளாம்
ஏன்..மாமா.. நான் வாறேன்
உன் கூட..
கவனமா கூட்டிப்போ..
கால் உசுரு கையோட..

கலந்தான் முருகன்
கவனம் கலைத்தான்
அவனும்..

கலங்காதே கைப்புறாவே
காலைவரும் சூரியன்
காத்திரு..
கதிரோடு கருணை வரும்
காலம் வரும் பொறுத்திரு..

இப்போதைக்கு நேரமில்லை
உன்னை கூட்டிப்போவது
உசிதமில்லை..
உயிரை ஒருமுறை பிரியுமோ
உடல்..
உனக்காக திரும்ப வரும்..
காத்திரு கண்மணி..

கை உதறி..
நடந்தான் முருகன்..
கவனமெல்லாம் அவள் மீது..
காலைப் பிடித்து கதறினாள்
முல்லை..
அவன் காலடி மண் கண்மீது..

கண்ணோரம் காதலும்
காலடி மண்ணும் கலக்க
கதறலோடு காற்றில்
காதலையும் மறைத்தாள்

முல்லை..

மாலை வரும் நாளை
மாமன் வரும்வேளை
வருமென்றே காத்திருந்தால்..

முல்லை தனித்திருந்தாள்...

..முற்றும்..

விசித்திர மனிதர்கள்...

அன்று சித்ரா பௌர்ணமி..
அதிகாலை 4 மணி...
அதிகாலை எழுந்தது முதலே பார்வதிக்கு மனதுக்குள் பதட்டம் தொற்றிக்கொண்டது... அவ்வளவாக ஆன்மீகத்தில் ஈடுபாடு இல்லாத அவளது கணவனை எப்படியாவது இன்று அந்த கோவிலுக்கு அழைத்துச் சென்றே ஆகவேண்டும் என்ற பதட்டத்தோடே எழுந்தாள்.

அவளது பக்கத்து வீடு,எதிர்த்த வீட்டில் இருந்தவர்களும் அவளுக்கு பழக்கமானவர்களும்..அந்தக் கோவிலைப்பற்றியும்..அந்த சாமியாரைப் பற்றியும் சொன்னதை கேட்டதிலிருந்து அவளுக்கு எப்படியாவது அவளது கணவனை அங்கே அழைத்துக்கொண்டு போய்விட வேண்டும் என்று தனது மனதிற்குள் தீர்க்கமாக முடிவு செய்திருந்தாள்.

சில மாதங்களாக மனதிற்குள் ஏற்படும் சஞ்சலங்களுக்கும்,வியாபாரத்தில் ஏற்படும் பிரச்சினைகளுக்கும் அங்கு சென்று வருவதே நல்லதாக இருக்கும் என அவளுக்கு தோன்றியது.
அவளும் கடந்த ஒரு மாத காலமாக குடும்பத்தோடு அந்த கோவிலுக்கு சென்று வரலாம் என்று, அவளது கணவனை நச்சரித்து... நச்சரித்து ஒருவழியாக...இன்றைய சித்ரா பௌர்ணமி நாளில் செல்வதற்கு ஒப்புதலை வாங்கி இருந்தாள்.

அவளது கணவன் இராமசாமி சிறுவயது முதலே கருப்புச்சட்டை இயக்கத்தின் மீது அதிக ஈடுபாடு கொண்டவன். அதிகமாக சாமியை பற்றியும்,மதங்களை பற்றியும் சிந்தித்து பேசி சிரிப்பது அவனது இயல்பு.அது அவனது சிறுவயது முதலே அவனது அப்பாவால் ஒட்டிக்கொண்ட பழக்கம்.ஆனாலும் பார்வதியை அவளது நம்பிக்கையை மதிப்பவன்.அவளது மனதை நோகடிக்காமல் நடந்து கொள்பவன்.இருந்தாலும் அவளோடு இணைந்து கோவிலுக்கு இதுவரை செல்லாதவன்.

ஆனாலும் பார்வதியின் நச்சரிப்பு தாங்காமல், இந்த ஒருமுறை அவளோடு அந்த கோயிலுக்கு சென்று வரலாம் என்று முடிவு செய்திருந்தான்.அதுவும் யாருக்கும் தெரியாமல் அதிகாலையிலேயே சென்று விட்டு திரும்பி விட வேண்டும் என்று முடிவு செய்து ஒத்துக்கொண்டு இருந்தான்.
காரணம் அவளது பேச்சையும் செயலையும் எப்போதும் மதிக்கும் குணம் அவனுக்கு இருந்ததில்லை.பொதுவாகவே பெண்களை மதித்து பேசிடாத

பழக்கமுடையவன் அவன்.அதனால் எப்படியும் இவனிடம் திட்டு வாங்காமலும் சென்று வந்துவிட வேண்டுமென்று நினைத்திருந்தாள்.அவள் நினைத்தது போல எதுவும் நடக்காமல் தவறாக நடந்தால் அவனோ நடுத்தெரு என்றும் பார்க்காமல் அவளை திட்டி தீர்த்து விடுவான்.ஏற்கனவே அவளுக்கு அவனிடம் அதில் அனுபவம் இருந்தது.அப்படி எதுவும் நடந்து விடக்கூடாது எனவும் கடவுளிடம் வேண்டிக்கொண்டிருந்தாள்.

வேகவேகமாக எழுந்து குளித்து முடித்துவிட்டு கடிகாரத்தைப் பார்த்தாள். பார்வதிக்கு அதிர்ச்சி.. நேரம் அப்போது அதிகாலை 5 மணி ஆகியிருந்தது.

வேகவேகமாக படுக்கை அறைக்கு ஓடியவள்... அங்கே படுத்திருந்த அவளது கணவன் இராமசாமியையும்..அவளது மகனையும் வேகவேகமாக எழுப்பினாள்.

"...ஏங்க எந்திரிங்க... நேரமாச்சு... நான் காலையில் எட்டு மணிக்கெல்லாம் கோயில்ல... இருக்கணும்னு... அவ்வளவு தூரம் படிச்சு படிச்சு சொல்லியிருந்தும்... நீங்க இப்படியே தூங்கிக்கிட்டிருந்தால் ...என்ன அர்த்தம்.." என்று வேக வேகமாக எழுப்பினாள்.

தனது தூக்கத்தில் இருந்து மெல்ல கண் விழித்த அவனும்... அவளது அவசரத்தை புரிந்துகொள்ளாமல்...
"... ஏன் இப்படி ...கத்தற..பார்வதி.... " என்று கேட்டவன்..கேட்கும் போதே..சுயநினைவுக்கு வந்தான்....யோசித்தவன்...மெல்ல கடிகாரத்தை ஏறிட்டுப் பார்த்து..

"....இரு...இன்னும் மூணு மணி நேரம் இருக்கே...போகலாம்.." என்று அவன் சொல்ல,

"...ஏனுங்க.. எங்கங்க...மூணு மணிநேரம் இருக்கு.... நாம பஸ்ல போறதுக்கே... ரெண்டு மணி நேரம் ஆகும்... எந்திரிங்க... எந்திரிச்சு சீக்கிரம் கிளம்புங்க.... நான் போயி..மதியம்... உங்களுக்கு சாப்பிடுவதற்கு...ஏதாவது.. சாப்பாடு தயார் பண்றேன்.." என்றவாறு சமையலறையை நோக்கி நடக்க... ..இராமசாமி மெல்ல எழுந்தான்.

அவனது மனதில் அப்போது தூக்கம் கெட்டுப் போன கோபம்.... பார்வதியைப் பார்த்து கத்தினான்.
".... நீ சும்மா ..சும்மா ...அப்படி அவசரப்படுத்திக்கிட்டே..

இருக்காத..எனக்கு.. வர்ற கோவத்துக்கு ...நான் வந்து பார்த்து... அந்த சாமியார் மட்டும்... போலியின்னு தெரியட்டும்..அவரோட மண்டையிலயே..ஒண்ணு.. போட போறேன் பாரு.." என்று சொல்ல,

"..சாமி... சாமி.. எங்களை மன்னிச்சிடு சாமி.. " என்று கன்னத்தில் போட்டுக் கொண்ட பார்வதி..
".... ஏங்க அப்படி எல்லாம் தப்பு.. தப்பா பேசாதீங்க ... நீங்க..இங்கே என்ன பேசுறீங்களோ... அது அங்கே அவருக்கு .. ஞானதிருஷ்டியில் தெரியுமாம்... நீங்க... அங்க போயி அவரு முன்னாடி உட்காந்து இருக்கும் போது.... நீங்க என்ன .. என்ன தப்பு.. தப்பா பேசினீங்களே... எல்லாம் அவருக்கு தெரியும் ... நீங்க பாட்டுக்கு ஏதாவது உளறிக்கிட்டு இருக்காதீங்க.." என்று பார்வதி பயத்தோடு சொல்ல,

என்னது அத்தனை பெரிய சாமியாரா.என்ன..பாக்கத்தானே போறேன்...என நினைத்தவன்..
அவளது வார்த்தைகளில் இருந்த பயமும்..பேசியவிதமும் ..மெல்ல பயமாக அவனது மனதிற்குள் ஒட்டிக்கொண்டது.

ஒருவேளை இவள் சொல்வது போல நடந்து விட்டால்... அத்தனை பேருக்கு மத்தியில் தன்னைப் பார்த்து.. அவர் இப்படி கேள்வி கேட்டுவிட்டால் தான் என்ன பதில் சொல்வது... என்று யோசித்த... அவன்...
தானும் தனது மனதிற்குள்..எதுக்கும் மன்னிப்பு கேட்டு வைப்போம்...என நினைத்தவன்..
"... சாமி என்ன மன்னிச்சிடு.. சாமி.." என்று சொல்லி சிரித்துக் கொண்டு மெல்ல எழுந்தான்.

"...சரி.. நீ .. போப்பா.. ...நான் சீக்கிரம் தம்பியையும் தயார் பண்றேன்.." என்றவாறு,
தனது மகனை எழுப்பத் தொடங்கினான்.

மீண்டும் பார்வதியும் வேகவேகமாக சமையல் அறையை நோக்கி நடக்க ஆரம்பித்தாள்.

அடுத்த இரண்டு மணி நேரத்தில் அவர்கள் அந்தக் கோவிலை அடைந்து இருந்தார்கள்.

அவர்களது பேருச கோவிலுக்கு மிக தூரமாகவே நிறுத்தப்பட்டது. அவர்கள்

பேருந்திலிருந்து இறங்கி,தங்களது ஏழு வயது மகனையும் கையில் பிடித்துக் கொண்டு கோவிலை நோக்கி நடக்கத் தொடங்க, அவர்களை முந்திக்கொண்டும்...முண்டியடித்துக்கொண்டும் அத்தனை கூட்டம் கோவிலை நோக்கி நடந்து போய்க் கொண்டிருந்தது.
அத்தனை கூட்டத்தைக் கண்டதும்...அவனுக்கோ உள்ளுக்குள் ஆச்சர்யம்... பார்வதியைப் பார்த்து கேட்டே விட்டான்..
"...ஏன் பார்வதி... நீ சொன்ன மாதிரி தான் இருக்குமோ... பாரு எவ்வளவு கூட்டம் பாரு.... எத்தனை...காரு..பஸ்..லாரி..எல்லாம்.. பாரு.. ரொம்ப பெரிய கோயிலா இருக்குமோ.." என்று கேட்க,
பார்வதியும்..
"... ஆமா நான் எத்தனை தடவை படிச்சு ..படிச்சு சொன்னேன்.. ..நாம நேரத்துல.. போகலாம்னு..எங்க கேட்டீங்க.." என்றவாறு வேகவேகமாக அவனது கையைப் பிடித்துக்கொண்டு நடந்தாள்.
அவனை அவளும் கையைப் பிடித்து அழைத்துக்கொண்டு நடந்தது..அவனுக்குள் ஒருவிதமான உணர்வை அவள் மீது இந்தநேரம் ஏற்படுத்தியிருந்தது.

இப்படி கூட்டத்திற்கு நடுவில் ..இவள் கையைப் பிடித்துக்கொண்டு நடப்பதும் நன்றாகத்தான் இருக்கிறது என நினைத்து மனதிற்குள் மகிழ்ந்தான்.

அவர்கள் அந்தக் கோயிலை அடைந்திருந்த போது, அதிகாலை 9 மணியாகி இருந்தது.

பார்வதி தனது மனதுக்குள் நொந்து கொண்டாள்
"... காலைல கொஞ்ச நேரம் கூடியே வந்திருந்தா.. இவ்வளவு கூட்டம் இருந்திருக்காது... சீக்கிரம் சாமியை பார்த்து விட்டு கிளம்பி போயிருக்கலாம்...." என்றவாறு மனதுக்குள் நினைத்தவள்.கோபமாக நடந்தாள்.
காலைநேர வெயில் மெல்ல தனது வேலையைக் காண்பிக்க ஆரம்பித்திருந்தது.
அதேபோல் சாமியை பார்ப்பதற்காக நின்றிருந்த வரிசையைப் பார்த்தவளுக்கு தலையே சுற்றி விடும் போல இருந்தது.

மிக நீண்டதொரு கூட்டம் நின்று கொண்டிருந்தது..குறைந்தது சாமியின் அருகில் செல்வதற்கு ஒரு மணி நேரமாவது ஆகும் போல இருந்தது... அவ்வளவு நீண்ட கூட்டம் வெயிலில் நின்று கொண்டிருந்தது.

அதனைக்கண்ட இராமசாமிக்கு அப்போதுதான் கோபம் வர ஆரம்பித்தது.ஆனாலும் அவளுக்காக அதை பொறுத்துக்கொண்டவன்.

"...ஏன் பார்வதி பாரு.... எவ்வளவு கூட்டம் இருக்குனு... நான் வரிசையில நின்னு கிட்டு இருக்கேன்... இன்னும் ஒரு மணி நேரம் ஆகும் போல இருக்கு..." என்றவாறு அவன் ஏதோ சொல்ல வர,
பார்வதி அவனைத் தடுத்தாள்.
"... ஏங்க தப்பு தப்பா எதுவும் பேசிராதீங்க ...நீங்க வேணும்னா.. அந்த இடத்தில போய் உட்காருங்க... நான் அப்படியே வரிசையில் வந்து சாமிக்கு பக்கத்தில் வந்ததுக்கப்புறம் உங்கள கூப்பிடுறேன்... நீங்க... என் கூட வந்து சேர்ந்துக்கோங்க.. " என்று பார்வதி சொல்ல,
இராமசாமியோ..
"... உனக்கு அந்த கஷ்டம் வேணாம்.. நீ போய் உட்காரு ..நான் வரிசையில் போறேன்... சாமி..பக்கமா வரும்போது நான் உன்னை கூப்புடுறன்..சரியா.." என்று தனது மனைவிக்கு ஆறுதலாக சொன்னான்..
தனது கஷ்டத்தையும் கட்டுப்படுத்திக்கொண்டு,
அவனது அந்த ஆதரவான பேச்சு பார்வதிக்கு ஆச்சரியமாக இருந்தது..
இதுதான் தருணம் என்று நினைத்த பார்வதியும் ..
"...சரிங்க .." என்றவாறு தலையசைத்து விட்டு... தனது மகனை அழைத்துக்கொண்டு... அந்த சாமிக்கு முன்னால் இருந்த மணல் பரப்பின் மீது உட்கார்ந்தாள்.

வரிசையில் நின்றிருந்த இராமசாமியும்... சுற்றும்முற்றும் கோயிலையும், சுற்றியிருப்பவர்களின் நடவடிக்கைகளையும் பார்க்க ஆரம்பித்தான்.
வந்திருந்தவர்களில் பலர் மஞ்சள் நிற உடை அணிந்தும்..சிலர் கருப்பு நிற உடை அணிந்தும் சாமியை பார்க்கும் ஆர்வத்தில் இருந்தார்கள்.
ஆனால் கோவிலோ மிகவும் சிறியதாக இருந்தது.கோயிலுக்கு முன்புறம் சுமார் 200 அடிக்கு மேல் நீளமாக அலுமினிய தகட்டால் கூரை வேயப்பட்டு இருந்தது.அதற்குள் பல குடும்பங்கள் ஆங்காங்கே கோவில் கருவரையைப் பார்த்தவாறு அமர்ந்திருந்தார்கள்.
வரிசையோ கோவில் கருவரையின் பக்கவாட்டில் இருந்து.சாமியின் முன்புறம் வருவது போல சென்று கொண்டிருக்க ...சாமியின் முகத்தை பார்க்க முடியாமல் ..வெயிலில் தவித்துக் கொண்டே,வரிசையையும் தூரமாக அமர்ந்திருந்த தனது மகனையும் மனைவியையும்..திரும்பித்திரும்பி பார்த்தவாறு.. அந்த வரிசையில் நின்று கொண்டிருந்தான்.

நீண்ட நேர காத்திருப்புக்கு பிறகு கோவிலின் அருகில் வந்து இருந்த இராமசாமி வேகவேகமாக பார்வதியைப் பார்த்து கையசைக்க பார்வதி தனது

மகனை தூக்கிக் கொண்டு வேகமாக ஓடி வந்து வரிசையில் நுழைந்தாள்.

அப்போது அருகில் நின்றிருந்தவர்கள் எல்லாம் ..
"... யாருமா நீ நடுவுல வந்து நுழையிற.." என்று சண்டைக்கு வர இராமசாமியும் அனைவரையும் சமாதானம் செய்தான்.

அவனின் முகமும் அவனது பேச்சும் அனைவரையும் சமாதானப்படுத்தி இருந்தது.
பார்வதியும் அவனோடு தனது மகனை கையில் வைத்துக்கொண்டு வரிசையில் நின்று கொள்ள,சற்று நேரத்தில் சாமியின் அருகில் வந்து இருந்தார்கள்.

அங்கே ஒரு கருப்பு சாமியின் சிலை பத்து அடிக்கும் மேல் பெரியதொரு சிலை இருக்க, அதன் ஒரு கையில் அரிவாளும் மற்றொரு கையில் கதாயுதமும் வைத்துக்கொண்டு, கோபமாக நின்றிருக்க,அதன் சிவந்த நிறக் கண்களும் முகமும் பார்ப்பவர் யாரையும் எளிதில் பயமுறுத்தி விடும் அளவிற்கு இருந்தது.

கழுத்து நிறைய எலுமிச்சம்பழம் மாலையும், மலர் மாலைகளும் தொங்கிக் கொண்டிருக்க,கருப்பர் பார்ப்பதற்கு மிகவும் கம்பீரமாக,தத்ரூபமாக நின்று கொண்டு இருப்பது போலவே இருந்தார்.அந்த முகமும் அமைப்பும் அவனையும் மெல்ல ஆட்கொண்டிருந்தது.

அதனைக்கண்ட இராமசாமி மெல்ல பயபக்தியோடு கருப்பரை வணங்கிவிட்டு நகர்ந்தான்..
அப்போது அங்கிருந்த உண்டியலில் தனது கையில் வைத்திருந்த ஐநூறு ரூபாயை வேகவேகமாக போட்டாள் பார்வதி... அப்போதுதான் ..அதை இராமசாமியும் கவனித்தான்.

" ... இவளுக்குக் எப்படி இந்த 500 ரூபாய் கையில் வந்துச்சு... ஐநூறு ரூபாய போயி.. திடீர்னு உண்டியலில் போடுறாளே.." என்றவாறு தனது மனதுக்குள் கருவியவன் ...மெல்ல பார்வதியை முறைத்துப் பார்க்க ஆரம்பித்தான்.
அவனது பார்வையை புரிந்துகொண்ட பார்வதி
"... நீங்க ஒன்னும் கவலைப்படாதீங்க.. சாமி நமக்கு திருப்பித்தரும்.." என்றவாறு இராமசாமியின் கையில் இருந்த தனது மகனை வாங்கிக்கொண்டு,
"..நல்லா.. சாமிய கும்பிடுங்க.." என்று சொல்ல

அவனும் சாமியைப் பார்த்து வணங்கி விட்டு,அவர்கள் தந்த திருநீரை எடுத்து தனது நெற்றியில் வைத்துக் கொண்டு பார்வதியின் பின்னே நடக்க ஆரம்பித்தான்.
பார்வதியும் அவனும் சாமிக்கு முன்புறம் மணல் நிரப்பப்பட்டு இருந்த மணல் பரப்பின் மீது அமர்வதற்கு இடம் தேட, அவர்களுக்கு சாமிக்கு நேரெதிரே ஒரு இடம் கிடைத்தது.

வேகவேகமாக அந்த இடத்தில் உட்கார போன அவனை ஒருவர் தடுத்தார்.

"...தம்பி இங்க வெறும் தரையில் உட்கார கூடாது.. இந்தாங்க.. இந்த பாயை விரிச்சு உட்காருங்க..." என்றவாறு தன் கையில் வைத்திருந்த கோரைப்பாயை அவன் கையில் திணித்தார்.
அவன் மெல்ல அந்த கோரைப்பாயை வாங்கிக்கொண்டு, அந்த இடத்தில் விரித்து அதன் மீது அமர்ந்தான்.. அப்போது அந்த நபர்..
" தம்பி பாய்க்கு நூறு ரூபாய் கொடுங்கள் .." என்று கேட்க அவனுக்கு தலை சுற்றிவிட்டது.
... யாரோ ஒருத்தர் நமக்கு உதவி செய்கிறார்... என்று அந்த கோரைப்பாயை வாங்கி விரித்து அமர்ந்து இருந்த அவனுக்கு அவர் திடீரென்று கேட்ட நூறு ரூபாய் ஆச்சரியத்தையும் மனதிற்குள் கோபத்தைக் கிளப்பியது...அவன் மெல்ல பார்வதியை முறைத்துப் பார்த்தான்.
முறைப்பைப் பார்த்த பார்வதி தனது கைப்பையில் இருந்து 100 ரூபாயை எடுத்து அந்த நபரிடம் கொடுக்க அவர் வாங்கிக் கொண்டு அந்த இடத்தை கடந்து சென்றார்.

அடுத்த சில நிமிடங்கள் அவனுக்கும் பார்வதிக்கும் ஒருவரை ஒருவர் முறைத்துப் பார்த்துக்கொண்டு இருப்பதிலேயே ஓடிக்கொண்டிருக்க, அப்போது அனைவரும் சட்டென ஒன்றாக எழுந்து வேகமாக .. சாமி..வராரு..சாமி வராரு...என பேச ஆரம்பிக்க.... இவர்களுக்கு முன்பு அமர்ந்திருந்தவர்கள்..தங்கள் பின்புறத்தில் ஒட்டியிருந்த மண்ணைத் தட்டி விட அது இராமசாமியின் கண்ணை பதம்பார்த்தது.
அவனும் பார்வதியும் மற்றவர்களைப் போலவே வேகவேகமாக எழுந்தார்கள் ...அப்போது தூரமாக.. ஒருத்தர் கத்தினார்.
...சாமி வருது ...சாமி வருது... வழி விடுங்க... வழி விடுங்க .. என்றவாறு இவர்களும் யார் அந்த சாமியென எட்டி எட்டிப் பார்த்து கொண்டு இருக்க...
அங்கு தலையில் நீண்டதொரு சடா முடியும் கழுத்தில் பெரிய ருத்ராட்ச மாலையும்... கருப்பு நிறத்தில் ஒரு கால் சட்டையும் மட்டும் அணிந்து இருந்த, அவர் தோளில் ஒரு கருப்பு துண்டை மட்டும் போட்டுக் கொண்டு

கம்பீரமாக சாமியை நோக்கி நடந்து வந்து கொண்டு இருந்தார்.

இராமசாமிக்கு அவரை பார்த்ததுமே ஒருவிதமான பயம் வர தொடங்கியிருந்தது.. அவரது நீண்ட தலைமுடியும் அவரது முகமும் அவர் கழுத்தில் அணிந்திருந்த ருத்ராட்ச மாலையும் அவரது கண்களும் ...அந்த கருப்பு சிலையை பார்த்த... அதே ஒரு உணர்வை ஏற்படுத்த அவன் மெல்ல அப்போது பார்வதி தன்னிடம் சொன்னதை நம்ப ஆரம்பித்து இருந்தான்.

"..இந்த சாமி ரொம்ப சக்தி வாய்ந்தவராம்..கருப்பு சாமிகிட்ட நேரடியா பேசுவாராம்.." என அவள் சொன்னது அவன் நினைவில் அந்த நேரம் வந்து போனது.

வேகவேகமாக சாமியார் ..கோவில் கருவறையை நோக்கி நடந்து போனார். அவர் சாமியின் முன்னே நின்று கொண்டு சாமிக்கு தீபாராதனை காட்டி,சாமியின் கழுத்திலிருந்த எலுமிச்சம்பழ மாலை ஒன்றை எடுத்து அதிலிருந்து பழங்களை ஒவ்வொன்றாக பிய்த்து வந்து இருந்த கூட்டத்தின் மீது தூக்கி வீச ஆரம்பித்தார்.

சிலர் தன் மீது அந்த பழங்கள் விழவும்...சந்தோசத்தில் கூச்சலிட்டனர். சிலர் அதனை தங்களது கைகளால் பிடித்துக்கொள்ள, சிலரோ மண்ணில் விழுந்த எலுமிச்சம் பழத்தை எடுத்து மண்ணைத் தட்டிவிட்டு தங்களது கைகளில் பத்திரமாக கருப்பசாமி கொடுத்தது என்று பயபக்தியோடு வைத்துக் கொண்டனர்.

அப்போது திடீரென அந்தப் பூசாரியின் உடலில் ஏதோ அருள் வந்தது போல... வேகவேகமாக ஆட ஆரம்பித்திருந்தார்..

சுற்றியிருந்தவர்கள் அனைவரையும் ...அமருங்கள் ..அமருங்கள்...என்று அவரது அருகில் நின்றிருந்த மற்ற சீடர்கள் கத்திக் கொண்டிருக்க, அனைவரும் மெல்ல அவரவர் இடத்தில் அமரத் தொடங்க,அவரோ அருள் வந்ததுபோல ஆடிக்கொண்டே நடந்து வந்து.. அங்கிருந்த ஒரு மர இருக்கையில் கரும்புசாமி சிலைக்கு நேர் எதிரே ..சிலையைப் பார்த்தவாறு அமர்ந்தார்.

அப்போது வேகவேகமாக அவரது அருகில் இருந்த சீடர்கள் அவருக்கு முன்பு ஒரு ஒலிவாங்கியை (மைக்) கொண்டுவந்து வைக்க.. மற்றொரு ஒலிவாங்கியில் ஒருத்தர் பேசினார்.

".... இப்போது சாமி எல்லாருக்கும் அருள்வாக்கு சொல்லப்போகிறார்... அவர் யார் பெயரைச் சொல்லி ...யாருடைய ஊரைச் சொல்லி அழைக்கிறாரோ... அவர்கள் சாமியின் முன்னே வாருங்கள்.." என்று கத்தினார்.

இதுபோல்,ஏற்கனவே அங்கு என்ன நடக்கும் என்பதை பக்கத்து வீட்டுக்காரர்கள் மூலமும், தெரிந்தவர்கள் மூலமாகவும் கேட்டு தெரிந்து இருந்த பார்வதிக்கும் அவனுக்கும் அடுத்து அங்கு என்ன நடக்கப் போகிறது என்பது புரிந்தது.

இப்போது அவர் அங்கு இருப்பவர்களை.. அவரது அருள் வாக்கின் மூலமாக ஒவ்வொருவராக அழைக்கப் போகிறார்... அவர்கள் முன்னே வந்ததும்... அவர்களின் குறைகளை கேட்கப் போகிறார் ..அந்த குறையை அவர்..தனது சக்தியின் மூலமாக தீர்த்து வைக்கப் போகிறார்.. என்று தங்களுக்கு நினைத்துக் கொண்டார்கள் ...அடுத்த சில நிமிடங்களில் அதுவே அங்கு நடந்தது.

அவர் தனக்கு காணிக்கையாக ஒருவர் கொண்டு வந்து கொடுத்த சாராய பாட்டிலை தனது முதுகில் ஊற்ற அந்த சாராயம் தரையில் படாமல் அப்படியே மறைந்து போய்க்கொண்டு இருந்தது.
அதனைக்கண்ட இராமசாமிக்கும் பார்வதிக்கும் ஒன்றுமே புரியாமல் ஒருவரை ஒருவர் பார்த்து அந்த சாராயம் எங்கே போகிறது.. என இருவரும் அவர்களுக்குள்ளே கேட்டுக்கொண்டனர்.
தனது சந்தேகம் தீர்க்க சற்றே எழுந்து பார்த்த இராமசாமிக்கும் அந்த சாராயம் காற்றில் கரைவது போலவே தெரிந்தது.

அப்போது.. அந்த சாமியாரோ...
"...எபோவ்...யாரது..எந்த ஊரு..." என ஆரம்பித்து...

..ஊர்...பேரு..பவானி.... பவானியில் இருந்து யார் வந்து இருக்கீங்க... என்று அவர் கத்த ...
அப்போது மூன்று பேர் எழுந்து நின்றார்கள் குடும்பத்தோடு...
... இதுல ....தன்னோட மகள் செத்ததைப் பத்தி...கேட்க வந்தது..யாரு..முன்னே வாங்க...என்று சொல்ல

ஒரு தம்பதியர் வேகவேகமாக சாமியாரின் முன்பே ஓடி.....கருப்பசாமி சிலையை வணங்கிவிட்டு.... மண்டியிட்டு அமர்ந்தனர்.
இருவருக்கும் சுமார் நாற்பது வயதுக்கு மேலே இருக்கும்... அவர்களை பார்த்த அந்த சாமி
"...உங்களுடைய பொண்ணு ...ஒரு வருசத்துக்கு முன்ன.. செத்துப்போச்சு சரியா ..." என்று கேட்டார்.
அவர்களும் ..

" .ஆமாம் சாமி..." என்று சொல்ல
"...ஓடு... இப்போ கருப்பன்.. முன்னாடி போய் விழு..." என்று சொல்ல அவர்கள் இருவரும் வேகமாக ஓடிப்போய் மீண்டும் கருப்பசாமி காலடியில்.. விழுந்து வணங்கி விட்டு மீண்டும் திரும்ப வந்து அவரது முன்னே மண்டியிட்டு அமர்ந்தார்கள்.

".... இப்போ உனக்கு என்ன வேணும் ..." என்று அவர் கேட்க .. அந்த அம்மா அழுகையோடு.. சொன்னார்
" ..எனது மகள்...அப்பப்போ ஆவியாக எனது உடம்பில் வந்து தொந்தரவு செய்கிறாள்... அதனால் என்னால் நிம்மதியாக இருக்க முடியவில்லை... எனது உடலும் நோய்வாய்ப்பட்டு கொண்டே போய்க் கொண்டிருக்கிறது.." என்று சொல்ல

"...இனிமே அது நடக்காது... நான் உடனே அதை நிப்பாட்டுறேன் போ.." என்று அவர் கையில் இந்த சாட்டை எடுத்து அந்த அம்மாவின் மீது அடிக்க ...அந்த அம்மா வேக வேகமாக ஓடிப்போய் கருப்பசாமியின் காலில் விழுந்து வணங்கி விட்டு ...
உடனே வந்து நிற்க ...அவர் தன் கையில் இருந்த திருநீரை எடுத்து அந்த அம்மாவின் நெற்றியில் வைத்து விட... அந்த அம்மா அப்படியே அந்த இடத்தில் மயங்கி விழுந்தது.

அப்போது அவரது அருகிலிருந்தவர்கள்... அந்த அம்மாவை தூக்கிக்கொண்டு சென்றார்கள்.

இதை கவனித்துக் கொண்டிருந்த இராமசாமிக்கும் பார்வதிக்கும் உடல் புல்லரிக்க ஆரம்பித்திருந்தது.
அவரது பேச்சும் அவர் நடந்து கொண்ட விதமும் .. அவர்கள் கண்முன்னே அந்த அம்மா மயங்கி விழுந்ததும்,இவர்களுக்கு ஏதோ ஒரு உணர்வை ஏற்படுத்தியிருந்தது. இருவரும் அங்கே நடக்கும் நிகழ்வுகளில் ஆழ்ந்து போய் இருந்தார்கள்.

அவர்களது மகனோ அதிகாலைநேரத்தில் எழுந்திருந்ததால்.. மெல்ல உறங்க ஆரம்பித்திருந்தான்.

அதேபோல் அவர்கள் இருவரைப் போலவே இன்னும் பலரும் தங்களது குறையோடு, அந்த சாமியிடம் செல்ல அவரும் அவர்களுக்கு குறையை நிவர்த்தி செய்வதாக சொல்லிக்கொண்டே போய்க்கொண்டிருந்தார்.இப்படியே நீண்ட நேரம் போய்க்கொண்டே இருந்தது.

அப்போது நேரம் ..
மத்தியானம் 12 மணியை தொட்டிருந்தது.

அப்போது ஒரு இளம் பெண்மணி அந்த சாமிக்கு முன்பு அமர்ந்து கொண்டு இருந்தார்.
சாமிக்கும் அந்த பெண்மணிக்கு மான பேச்சு சற்று தூரத்திலிருந்த இவர்களுக்கு சரிவர கேட்கவில்லை. அப்போது சாமி ஒலிவாங்கியில் பேசியது மட்டும் சத்தமாக இவர்கள் காதுகளில் விழுந்தது.

"...உனக்கு என்ன பிரச்சனை நீண்ட நாளா ... உன்னோட நாக்கில் வந்து அருள் சொல்லிக்கிட்டு இருந்த... அந்த சக்தி.. உனக்கு இப்ப... கொஞ்ச நாளா வர்றது இல்ல... அதுதான.. உனக்கு குறை . இரு உன் குறைய ....நான் இப்ப தீர்த்து வைக்கிறேன்..." என்றவாறு

".. இப்போ நான் அழைக்கிறேன் என்னோட தங்கச்சிங்களை எல்லாம் வாங்க ...." என்று வேகமாக சொன்னவர் ... மெல்ல எழுந்து நின்றார் . ஒலிவாங்கியை தனது கைகளில் பிடித்து
இராகமிட்டு...பாடல் போல...தொடர்ச்சியாக கூப்பிட ஆரம்பித்தார்...

" ... அங்காலம்மா..
அங்காள ஈசுவரி
அங்காள பரமேஸ்வரி
அட்டங்கம்மா
அம்மச்சார் அம்மன்
அம்மாச்சி
அம்மாரி
அம்மை வாரி
அய்யம்மாள்
அரிக்கம்மா
அரிய நாச்சியம்மன்
அன்னம்மா
அஷ்டசக்தி
ஆலாலகங்கா
ஆனந்தாயி
இசக்கியம்மன்
இட்சம்மா
இடைச்சியம்மன்

இருசார் அம்மன்
ஈரங்ரிகிமாரி
ஈலம்மா
உக்கிரமாகாளி
உச்சிமாகாளி
உச்சினமாகாளி
உடலம்மா
உத்தனகாளியம்மா
உமையம்மன்
ஊரம்மா
எட்டுகை அம்மன்
எல்லம்மா
எல்லரம்மா
எல்லைப் பிடாரி
எல்லையம்மன்
ஏழைகாத்தம்மன்
கங்கம்மா
கண்ணகியம்மன்
கரடியம்மன்
கருப்பாயி
கழுமையம்மன்
கன்னிகை
கன்னியம்மன்
காட்சிக்காரம்மன்
காட்டேரி
காத்தாயி அம்மன்
காந்தாரியம்மன்
காந்தாளம்மா
காமாட்சியம்மன்
காய்ச்சிக்காரம்மன்
காவேரம்மா
காளியம்மன்
கிச்சம்மா
கிரிதேவதி
கிரிதேவி
கீர்மாரி
குதிரைக் காளீ
குரும்பையம்மன்

குலந்தம்மன்
குலையம்மா
குழந்தையம்மன்
குளத்து அம்மன்
கூனல்மாரி
கொல்லிப் பாவை
சக்கம்மாள்
சந்தனமாரியம்மன்
சந்திரமாகாளி
சப்தகன்னிகை
சாத்தாயி
சாவதம்மா
சின்னம்மா
சின்னித்தம்மா
சீதாலம்மா
சீலைக்காரியம்மன்
சுகஜம்மா
சுங்காலம்மா
செஞ்சியம்மன்
செண்பகவல்லியம்மன்
செந்தேசவரம்மா
செம்மந்தம்மா
செமலம்மா
செல்லரம்மா
செல்லியம்மன்
சோலையம்மன்
சௌண்டம்மன்
டடூவாட்டம்மா
தளவாய்பேச்சி
தாளம்மா
திக்கம்மாள்
திரௌபதி
திரௌபதியம்மன்
தீப்பாச்சியம்மன்
துர்க்கை
துர்க்கையம்மன்
தொட்டிச்சிஅம்மன்
தோட்டம்மன்

தோட்டுக்காரி அம்மன்
நட்டாத்தி அம்மன்
நவ கன்னிகள்
நாகாத்தம்மன்
நீலவேனியம்மன்
நீலி
நுகலம்மா
பச்சை வாழையம்மன்
பத்ரகாளி
பல்லாலம்மா
பாண்டிலம்மா
பாப்பாத்தி
பாலம்மா
பிசால் மாரியம்மா
பிடாரி
பிளாக்கு அம்மா
புதும லெட்சுமி
புள்ளத்தாளம்மா
பூங்கவனதம்மன்
பூங்குறத்தி
பூசம்மா
பூலங்கொண்டாள் அம்மன்
பூலம்மா
பூலாரம்மா
பூஜம்மா
பெட்டம்மா
பெத்தனாட்சி
பேச்சியம்மன்
பேராத்துசெல்வி
பைரவி
பொன்னிறத்தாள் அம்மன்
மகாதேவ அம்மா
மணிமஞ்சம்மா
மத்தாரம்மா
மதுரை காளியம்மன்
மந்தைஅம்மன்
மந்தையம்மன்
மந்தையம்மன்

மரகதவல்லி
மலையாயி
மாடச்சி
மாமிலம்மா
மாயேஸ்வரம்மா
மாரம்மா
மாரம்மா கேத்தனா
மாரியடியம்மா
மாரியம்மன்
மீனாட்சியம்மா
முக் கன்னிகள்
முத்தாலம்மன்
முத்தாரம்மன்
முத்துநாச்சியார்
முப்பிடாரியம்மான்
மூப்பிடாதி
யாப்பரம்மன்
ராக்கம்மா
ராக்காச்சி
ராக்காச்சியம்மன்
ராசாயி
ராமம்மா
ராவேலம்மா
ரேணுகாதேவி
வடக்கு வாய்ச்சொல்லி
வடக்குத்தியம்மன்
வண்டிமலைச்சியம்மன்
வல்லடிக்காரர் அம்மன்
வாசுகோடி
வானமாலம்மன்
விசாலாட்சியம்மன்
வீரகாத்தியம்மன்
வீரகாளியம்மன்
வீரசின்னம்மாள்
வீரமகாளி
வீரமாத்திஅம்மன்
வெயிலுகந்தம்மன்
வேம்புலியம்மன்

வலம்புரியம்மன்
பிட்டாபுரத்தி அம்மன்
தங்கம்மன்
...என் தங்கை ஆதிபராசக்தியே...வா..வா..வா...
என்று பெண் தெய்வங்களை அவர் பெயர் சொல்லி ...மூச்சு விடாமல் அழைக்க...
சுற்றியிருந்த பலருக்கு அருள் வந்திருந்தது.மக்கள் கூட்டம் குலவையிட்டு கத்த ஆரம்பித்திருக்க..

அப்போது இராமசாமியின் உடல் சிலிர்த்தது... மனதிற்குள் ஏதோ ஒரு உணர்வு.. முதுகெலும்பில் இருந்து ஏதோ ஒரு உணர்வு.. அவனது மண்டையை நோக்கி மேலே ஏறி சில்லிட்டு நிற்க ... அவன் தனது நிலையை மறந்து... அங்கும் இங்குமாக அமர்ந்தவாறே ஆட தொடங்க..

அப்போது சுற்றிலும் இருந்த பலர் குலவை சத்தத்தோடு ஆங்காங்கே எழுந்து அருள் வந்து ஆட தொடங்கியிருக்க,

அவனது கண்களிலிருந்து கண்ணீர் மெல்ல வடிந்து கொண்டிருந்தது ... அவரது பேச்சு.. கத்தி அழைத்த சத்தம்.. அவனது ஆன்மாவை ஏதோ செய்து இருக்க,அவனது உணர்வை தூண்டி இருக்க, அவனை அறியாமல் அழுது கொண்டு அமர்ந்திருந்தான்.

அப்போது அவனது அருகில் அமர்ந்திருந்த அவனது மனைவி பார்வதி தனது கைகளை மேலே தூக்கிக் கொண்டு,

....ஓம் சக்தி பராசக்தி ... என்று கத்தியவாறு அருள் வந்து ஆட தொடங்க, இவனுக்கோ ஒன்றும் புரியவில்லை..
தனது மனைவியை பிடிப்பதா..தூக்கத்தில் இருந்து எழுந்து பயந்து கொண்டு தன்னை கட்டியணைத்துக் கொண்டு இருக்கும் தனது மகனை சமாதானப்படுத்துவதா என்று தெரியாமல் அவனும் தனது சுய நினைவு இல்லாமல் தனது கண்ணில் வழிந்த கண்ணீரை துடைக்க கூட தெரியாமல் அப்படியே சிலையாக அமர்ந்திருந்தான்.
சுற்றிலும் பலர் குலவை சத்தமிட அது அவனை ஏதோ செய்ய ஆரம்பித்து இருந்தது.

அவன் அவனது சுயநினைவிற்கு வர சில நிமிடங்கள் ஆகியிருந்தது..
சுற்றிலும் பலர் அருள் வந்து ஆடிக்கொண்டு இருக்க,
ஒவ்வொருவராக அந்த சாமி சொல்லச்சொல்ல... அருள் குறைந்து

அவர்கள் தங்களது இயல்பு நிலைக்கு திரும்பிக்கொண்டு இருந்தனர். ஆனால் இராமசாமியோ அதே இடத்தில் அமர்ந்தவாறு கண்ணில் மட்டும் கண்ணீரோடு அமர்ந்திருந்தான்.
அவர் சாமிகளை அழைத்த விதமும் அவரது குரலும் அவனை ஏதோ செய்து இருந்தது... அவனது மனதிற்குள் ஏதோ ஒன்றை அது சொல்லியிருந்தது.. அவன் அந்த நொடி தனது மனதிற்குள்.. தனது உடம்பிற்குள் ஏதோ ஒரு உணர்வு வந்து போனதை உணர்ந்தான்... மெல்ல தனது கண்ணோரம் வழிந்திருந்த கண்ணீரைத் துடைத்தவாறே பார்வதியை தேடினான்.
பார்வதி வேகவேகமாக அருள் வந்தது போல குதித்து ஆடிக் கொண்டு,தலை முடியை விரித்துக் கொண்டு ஆடிக் கொண்டிருந்தாள்.
அது அவனுக்கு அதிர்ச்சியாகவும் ஆச்சரியமாகவும் இருந்தது..
இவள் இதற்கு முன்பு இப்படி நடந்துகொண்டது இல்லையே என்றவாறு வேகமாக ஓடி தனது மனைவி பார்வதியைத் தாங்கிப் பிடித்தான்.
அப்போது பார்வதியை நோக்கி நடந்து வந்த அந்த சாமியார்.. பார்வதியின் தலையில் கைவைத்து எலுமிச்சம்பழத்தை வைத்து அழுத்தி... மற்றொரு எலுமிச்சம்பழத்தை இராமசாமியின் கையில் கொடுக்க அவனும் பயபக்தியோடு.. அந்த எலுமிச்சம் பழத்தை வாங்கிக் கொண்டான்.
அப்போது அவர் அவனை பார்த்து சொன்ன வார்த்தை..

"....உன் மனைவியுடன் உடம்புக்குள்ள... அந்த ஆதிபராசக்தியோட அம்சம் நிறைஞ்சிருக்கு.... இனிமே வெள்ளி செவ்வாய்க்கிழமையில்... சாமிக்கு உன்னால என்ன முடியுமோ... அந்த அளவுக்கு நீ பூஜை செய்... கோயிலுக்கு போ... எதுவுமே முடியலன்னா.. அந்த சாமிக்கு முன்னாடி ஒரு சூடத்தை வைத்து கும்பிடு...எப்பவும் வீட்டை விட்டு வெளியே போகும்போது.... இரவு நேரம் வெளிய போகும்போது...பயம் வரும்போது..
".... கருப்பா கூட வா..."
.... அப்படின்னு..ஒரு வார்த்தை சொல்லிட்டு போ.... இந்த கருப்பன் உனக்கு வந்து துணை இருப்பான்... உனக்கு.. நல்லது செய்து முடிப்பான்..." என்று அவர் சொல்ல அவனுக்கு புரிந்து இருந்தது.
அந்த நொடி அவன் பார்த்தான்.
அந்த நொடி அவன் அவனுக்கு எதிரே நின்றிருந்த, அந்த சாமியாரை ஒரு விசித்திரமான மனிதனாகவே பார்த்தான்.

இவ்வளவு நேரமாக சாமியை நம்பாமலும்,இங்கு ஏதோ ஒரு நாடகம் நடப்பது போலவும் பார்த்துக் கொண்டிருந்த அவனுக்கு, அப்போது அங்கே நிகழ்ந்து இருந்த அத்தனை பெரிய சம்பவமும்,
அவன் மனைவி திடீரென அருள் வந்து ஆடியதும், அவனையும்

அறியாமல் அவனது கண்கள் கலங்கி கண்ணீர் வழிந்திருந்ததும், அவன் மனதுக்குள் ஒரு குற்ற உணர்ச்சியை ஏற்படுத்தி இருந்தது. அவன் மெல்ல அந்த கருப்பரின் முகத்தை ஏறிட்டு பார்த்து..
"... கருப்பா என்ன மன்னிச்சிடு... நான் உன்னை நம்புறேன்... நீ என்கூட வா ..." என்று சொல்ல

அது பார்வதிக்கு கேட்டதோ என்னவோ .. அவனது கையை இருக்க பிடித்துக்கொண்டு ...
"...நான் வருவேன்.." என சொன்னவள்...அவன் தோள் மீது சாய்ந்து அப்படியே மயங்கினாள்.

அப்போது அவனது மனைவி பார்வதியும் அவனுக்கு ஒரு பெண் தெய்வமாகவே தெரிந்தாள்.அவளையும் தனது மனதிற்குள் வணங்கினான்.

அன்று முதல் அவனும்..
கருப்பு சட்டையை மீண்டும் அணியும் போது.... அந்த கருப்புசாமியை நினைத்துக்கொண்டு கருப்பு சட்டை அணிவதும் ....வெளியே எங்கு சென்றாலும்,

"... கருப்பா..கூட...வா.." என்பதும்.

தனக்கு பயமும் சோகமும், ஆறுதல் தேவைப்படும் நேரத்திலும் .. அந்த கருப்பனை ..
"...துணைக்கு வா..." என்று அழைப்பதும்,பெண்களுக்கென மனதில் தனி மரியாதையும்,அவர்களது செயலுக்கு மதிப்பும் தருவது அவனுக்கு வழக்கமாகிப் போனது.

அவனும் ஒரு விசித்திரமான நம்பிக்கை கொண்ட மனிதனானான்.

..இயலிசம்..